Lu nước ngọt

Vinh Quyen Tang

Hình bìa và các bức minh họa trong sách do Kiến trúc sư
Nguyễn Hữu Thời tặng 'Lu nước ngọt'

Nghĩa Lan Nhân

Cảm tạ

Xin được chận thành cám ơn quý anh trong cộng đồng đã góp sức đọc bản thảo hay giúp hiệu đính sách. Đặc biệt, anh Trần Lương Ngọc còn chia sẻ một bài Cảm đề mà chúng tôi hân hạnh được lưu giữ trên bìa sau.

Ngoài ra còn nhờ cháu Nguyễn Hữu Thời có sở thích ghi lại những hình ảnh thanh bình của nông thôn, nên giờ đây có dịp tặng Cô Dượng của cháu một số ảnh dùng làm hình bìa và các bức minh họa thú vị và đầy ý nghĩa bên trong. Thành thật cám ơn cháu.

Tăng Quyền Vinh
Ottawa, 06-05-2023

Mục lục

Cảm tạ 4

Lời tựa 6

Chương 1: Lu nước ngọt 8

Chương 2: Cuộc đời muôn mặt 71

Chương 3: Lúc phân kỳ 96

Chương 4: Đôi dòng sông nước 111

Tác giả 119

Lỗi ở mình. Ai kêu hồi hai đứa con còn nhỏ, mỗi lần đi bộ với chúng trên đường phố, trong công viên hay ở những chốn hoang dã của Canada, mình cứ luôn miệng nhắc lại chuyện xưa ở Việt Nam cho chúng nghe. Làm sao tránh được. Nhìn giống gì ở bên này cũng khiến mình nhớ tới cái thú vị hơn ở bên kia.

Ở đây, trong một vũng nước đọng bên đường sau ngày tuyết tan, tìm đâu ra một con cá nhỏ nguẩy đuôi bơi lội, như trong một vũng nước tương tự trên một con đường mòn sau cơn lụt ở quê nhà. Trong các ao hồ ở đây tìm đâu ra bầy cá lìm kìm con, lấp lánh như mấy cây kim bạc trôi trong nước, hay một đàn nòng nọc như mấy hột đậu đen ngoe nguẩy đuôi, tới lui trửng giỡn.

Nay các con đã lớn, chúng muốn mình viết lại hết những chuyện mình đã kể cho chúng nghe. Việc làm tưởng dễ, khổ nỗi đường vào ký ức không do mình chọn. Một khi cánh cửa quá khứ đã mở, kỷ niệm ùa về như thác lũ, cuốn theo bao nỗi trăn trở tưởng đã chìm vào quên lãng.

Đành mượn truyện 'Lu Nước Ngọt' chuyển tải vài ký ức tuổi thơ và tuổi không thơ về mảnh đất và con người đã trở thành một phần hơi thở của mình, mà không thiếu tỏ lòng trân quý đối với những ưu đãi của thiên nhiên từ sông nước Việt Nam.

Mời bạn lên xe đò đang chờ trước chợ Xóm Củi để bắt đầu cuộc hành trình về vùng Kinh Nước Mặn!

Ảnh: Nguyễn Hữu Thời

Chương 1: Lu nước ngọt

Mặt trời ánh lên khỏi ngọn cây điệp bên chân cầu Chà Và, rải những tia nắng vàng xuống bến xe đò đang trở mình sau đêm ngủ vội trước chợ Xóm Củi. Một vũng sáng chói lòa phản chiếu bên ngoài kính xe, gần hàng ghế gỗ nơi cậu bé Minh đang ngồi chờ giờ khởi hành. Tiếng réo hành khách của anh *lơ* đang chất hành lý trên mui xe, xen lẫn tiếng cười nói của bạn hàng dưới đất, tạo nên một không khí rộn ràng, bươn bả đón chào ngày mới. Vài phút sau chiếc xe đò cũ kỹ dùng dằng chuyển mình.

Chuyến xe Sài Gòn đi Kinh Nước Mặn sáng nay thưa khách, nhiều ghế trống quanh Minh. Trước khi ra khỏi bến, xe dừng lại ở góc đường, chú tài xế chồm lên ôm chầm lấy tay lái, rướn cổ tới trước, phóng tầm mắt ra xa, tới cuối lề đường hướng phải, hướng trái, tìm khách đến trễ. Sau một chặp thì xe rời bến, chạy vòng qua trước cửa chợ, chen chúc giữa mấy chiếc xe ngựa, xe ba bánh cồng kềnh thúng giỏ với cà ròn, đầy ắp rau cải, trái cây và gà vịt đem ra chợ bán. Chiếc xe đò bóp còi inh ỏi, nhích lần tới phía trước, vẹt đám xe rùa cản đường qua hai bên. Sau ít phút di chuyển khó khăn xe rẽ trái xuống hướng Nam, hối hả qua cầu Nhị Thiên Đường. Xe lăn bánh xuống cầu, ngược chiều dòng người còng lưng trên mấy chiếc xe đạp hì hục leo dốc. Qua khỏi cầu những xóm nhà san sát bên đường trở nên thưa dần, nhiều mảng cây xanh bắt đầu xuất hiện, lấp vào những khoảng trống nhanh chóng lùi về phía sau.

Minh bắt đầu cảm thấy nôn nóng gặp lại Thành. Hai đứa đã xa nhau gần hai năm, kể từ mùa hè cuối năm học lớp Ba trường tiểu học Bạch Vân. Minh và Thành cùng tuổi, lại lớn lên trong hai gia đình láng giềng ở ngoại ô Sài Gòn. Hai nhà chỉ cách nhau một cái đầm, nên từ nhỏ hai đứa đã khắng khít như anh em ruột thịt. Ba năm trước ông nội Thành qua đời ở Long Hựu, vùng Kinh Nước Mặn, bên bờ sông Vàm Cỏ, để lại ngôi nhà hương hỏa cho cha Thành. Lúc đó ông đang dạy học ở Sài Gòn, người trong vùng gọi ông là *Ông Giáo Tám*, đã xin chuyển trường, để có thể đưa cả gia đình về quê sống, thừa hưởng ngôi nhà hương hỏa. Duy chỉ có anh Công, người anh cả của Thành, sắp thi Tú Tái 1, phải tìm chỗ trọ gần trường ở Sài Gòn để ở lại tiếp tục học cho hết bậc trung học.

Hôm nay nhân dịp anh Công về quê thăm nhà, Minh được mẹ nó cho 'tháp tùng về chơi với thằng Thành', bà nói. Minh ngồi bên cạnh anh Công. Mỗi người một tâm trạng. Xe chạy về hướng Nam, qua khỏi cầu Ông Thìn, tiếp tục lăn bánh trên con đường gập ghềnh, lấm tấm ổ gà. Đoạn đường dài 40 cây số từ Sài Gòn tới cù lao Long Hựu tuy không xa, nhưng sau khi qua lại nhiều lần trong các chuyến thăm gia đình suốt hai năm qua, quang cảnh xung quanh đã trở nên quen thuộc đối với anh Công. Anh ngoái nhìn Minh bắt chuyện,

- Hồi đó hai đứa chơi chung suốt ngày hả?

Anh Công cố tình khơi lại những kỷ niệm thời thơ ấu giữa Minh và Thành. Minh nhoẻn miệng cười,

- Dạ.

- Anh nhớ mỗi ngày ăn sáng xong là thằng Thành biến đâu mất tiêu. Má anh nói nó qua bên nhà em chơi.

- Dạ.

Anh Công nghiêng mình tựa vào vai Thành,

- Vậy nói anh nghe, hai đứa làm gì ngoài đường cả ngày vậy.

- Dạ, đủ thứ hết.

Anh Công cố gợi chuyện,

- Vậy kể lại một thứ cho anh nghe coi.

Minh không do dự đáp,

- Dạ, tụi em thường chơi bắt chuồn chuồn.

- Vậy có gì vui chứ?

Minh cúi đầu cười ngượng nghịu, kể lại những lần hai đứa rượt đuổi nhau vì bị chọc phá trong lúc bắt chuồn chuồn. Hễ đứa này nhìn thấy đứa kia đang rón rén tới nắm đuôi một con chuồn chuồn, thì lẻn đến sau lưng phá đám, bằng cách bất ngờ la lớn:

Chuồn chuồn có cánh mà bay,
Có hai thằng nhỏ thò tay bắt mày.

Chỉ cần cái cớ đó đủ để hai đứa rượt đuổi nhau, hả hê ôm vật trên bãi cỏ một hồi. Lúc về nhà quần áo lấm lem, đôi khi còn bị đòn.

Tội nghiệp xưa nay chuồn chuồn vẫn an phận làm đài khí tượng giúp nhà nông:

Chuồn chuồn bay thấp trời mưa,
Bay cao trời nắng đập dừa em ăn.

Nhưng nếu không may lọt phải mắt xanh của Thành và Minh thì thiệt khổ thân cho chúng. Mấy chú chuồn lớn nhỏ, lởn vởn quanh bờ ao phía sau nhà Minh, thường bị hai đứa bám theo quấy nhiễu. Có lẽ chỉ chừa mấy con chuồn chuồn con, mong manh như sợi chỉ màu mang hai cập cánh trong suốt, khi ẩn khi hiện dưới ánh mặt trời chói chang, rất khó mà nhìn thấy để đuổi bắt. Mấy chú chuồn con lại thường xuyên bay đi bay lại, ít khi đậu yên một chỗ cho hai đứa quấy phá.

Chuồn chuồn lớn thì có nhiều cỡ. Thiệt lớn có chuồn chuồn trâu, thân mình vằn vện những vệt xanh vệt đen như ngựa rằng Phi Châu. Trước đầu còn được trang bị bởi một cặp mắt to thồ lộ, như hai cái đèn pha xe hơi, lúc nào cũng láo liên dòm chừng mấy đứa con nít phá phách như Minh với Thành. Phần lớn mấy con chuồn khác kích cỡ chỉ bằng phân nửa, nhưng có nhiều màu sắc bắt mắt hơn. Có con màu đỏ ánh, có con màu vàng tươi, và cũng có mấy con xanh thẫm, lúc đậu lại đâu đó, trên ngọn u du hay trên lá cỏ bàng, luôn duỗi thẳng hai cặp cánh dài trong suốt phô trương thanh thế. Thảo nào người Nhựt chẳng coi chúng là loài biểu tượng sức mạnh và hạnh phúc.

Ảnh: Nguyễn Hữu Thời

Con nít thích bắt chuồn chuồn để quan sát cho thỏa tánh tò mò rồi thả đi. Nhưng cũng có mấy đứa nhẹ dạ cả tin lời xúi dại của các đàn anh tinh nghịch, để chuồn chuồn cắn rún cho mau biết lội. Minh và Thành không phải vì giỏi dắn hơn ai mà không bị mắc mưu. Chỉ nhờ từ khi tụi nó còn nhỏ, mối lo hàng đầu của người lớn trong hai gia đình là chúng bị trượt chân té xuống ao đầm quanh nhà, nên đã cho hai đứa đi học lội rất sớm.

Cái ao sau nhà Minh rộng mênh mông, lại thông thương với Kinh Đôi, do người Pháp cho đào ngày xưa, để mở đường nước từ sông Sài Gòn xuống Bến Lức qua hai nhánh Kinh Tẻ và Rạch Bến Nghé. Nhờ đó mà ao có *'nước ngọt'* vô ra mỗi ngày, nuôi sống nhiều cây cỏ ven bờ và tôm cá dưới nước.

Trên mặt ao khi thì chi chít những mảng bèo cám xanh màu mạ non, lúc lại bồng bềnh những cánh bèo tai tượng xanh tươi, là nơi thiên đường của bầy vịt mập ù, trắng tươi, của ông Tư ở xóm trên. Mỗi lần ông lùa chúng xuống ao, những tiếng kêu cạp cạp inh ỏi lúc chúng còn ở trên bờ bỗng tắt lịm, cả rừng mỏ vịt vàng nghệ lanh chanh hớp từng ngụm bèo cám tươi, hết bên phải tới bên trái, cho tới sạch mới thôi. Vào mùa có tai bèo lớn, thì ông Tư chèo ghe ra vớt lên, mang về cho heo ăn, và tiện thể bắt luôn vài con nhái vàng thường ngồi chồm hổm rình mồi trên mấy cánh bèo xanh, đem về làm mồi câu rê bắt mấy con cá lóc dưới ao.

Chiếc xe tiếp tục cà rịch cà tang, lúc chạy lúc dừng rước hành khách. Gần tới chợ Cần Đước, anh Công lại xoay qua Minh hỏi tiếp,

- Còn trò gì vui nữa nói anh nghe.

- Dạ tụi em cũng thường chơi vớt cá lia thia.

- Vớt ở đâu?

- Dạ, thường là bên bờ ao ngoài sau nhà em.

Minh lại có dịp kể cho anh Công nghe chuyện mấy ổ cá lia thia *bí mật* mà nó nghĩ chỉ có nó và thằng Thành biết.

Dọc theo bờ ao phía sau nhà Minh có một hàng dừa, nghiêng nghiêng trên mặt nước, rải bóng lá dừa lưa thưa, đủ che nắng cho mấy con cá kiểng thiên nhiên lấp lánh xanh, óng ánh tím, thập thò bên các cửa hang được đan dệt bởi những chùm rễ cây tua tủa như những bó đũa xòe. Mỗi khi hai đứa tìm thấy một dề bọt trắng ngà nổi trên mặt nước, cạnh mấy cái rễ dừa, thì biết là cá đã làm ổ, nên thay phiên nhau đứng rình coi lởn vởn đâu đó có con cá lia thia nào đẹp không.

Tìm gặp một con lia thia ưng ý, vây màu óng ánh, lấp ló dưới ổ bọt trắng, thì một trong hai đứa rón rén đến gần, một tay cầm rổ, một tay đu thân dừa, nhoài người ra ngoài ao, xúc trọn ổ cá vào rổ. Có khi được cá, có khi không. Khi hên khi xui là chuyện thường tình, nhưng tiếc hùi hụi là những lần hai đứa đã thấy cá trong rổ, vậy mà ... *chạch* một cái nó vẫy đuôi phóng ra khỏi rổ; *chách* một tiếng nó chạm mặt nước, biến mất dưới đám rong xanh, nhuyễn nhừ, mịn mượt, trước bốn con mắt trợn tròn nhìn nhau nuối tiếc.

Minh kể xong chuyện bắt cá lia thia cho anh Công nghe thì vừa lúc chiếc xe đò chầm chậm bò vào trạm cuối, dừng lại trên bãi đất trống cạnh bến phà Kinh Nước

Mặn. Kế bên là một quán lá thấp lè tè, bày biện hai cái bàn gỗ cũ kỹ trên nền đất trước sân. Vài người đàn ông râu lưa thưa ngồi trên ghế đẩu uống trà, tò mò nhìn từng hành khách xuống xe. Minh theo anh Công qua phà. Đi bộ về nhà gia đình anh, '*cho đỡ tốn tiền xe ngựa*', anh Công nói. Trời nắng chang chang, đất ruộng khô cằn, lại nứt nẻ sâu hoắm. '*Đúng là dấu hiệu của đất phèn, khó trồng trọt gì được*', Minh nghĩ. Vừa đi vừa nhìn quanh, Minh nhíu mày ngạc nhiên, thấy ít cây cối quen thuộc của vùng quê Long Xuyên ở miền Tây của mình.

Minh nhớ lại từ lúc còn ở trên phà khi qua sông, dù có nhìn thấy mấy bụi dừa nước mấp mé bên bờ kinh, nhưng không thấy hình ảnh quen thuộc của những đám lục bình trôi trên sông. Chỉ cuồn cuộn dòng nước xiết, chảy mạnh hơn ở những sông rạch Minh quen thuộc. Trên bờ không thấy bóng cây mù u, cây trâm bầu che nắng, hay mấy dây nhãn lồng xum xuê cho trái ngọt bên đường. Chỉ được cái là nhờ có gió nhiều, nên dù trời nắng cũng đỡ thấy oi. Nhìn chung thì cảnh vật yên bình như nhiều vùng quê khác. Ngoại trừ trong lòng Minh có hơi lo, vì đang đi bộ trên đường đất bị một con trâu dưới ruộng '*nghinh*', theo lời anh Công. '*Trâu thấy mình mặc áo trắng, nó ghét!*' anh giải thích.

Từ xa anh Công đã chỉ cho Minh thấy hướng nhà của gia đình anh, nằm sau cây me bên mé phải của con đường đất dẫn tới chợ Kinh Nước Mặn. Gần tới nơi, Thành và Út, em của Thành, ùa chạy ra đường, đến mừng anh Công. Hai đứa ngạc nhiên nhưng không kém vui mừng gặp lại Minh. Căn nhà ba gian phía sau hàng cột gỗ đen kịt cao ngất ngưởng. Nhà xây trên nền cao, muốn vào nhà phải bước lên hai bậc thềm xi măng mới tới.

Chú thím Tám, ba má của Thành mừng rỡ gặp lại anh Công, hỏi han đủ điều. Sau cùng như chực nhớ ra, anh Công và Minh đi đường xa mới tới, lo cho hai anh em bị đói bụng, thím Tám giục mọi người vào ăn cơm trưa. Minh cùng gia đình Thành quây quần bên bàn ăn. Chú Tám nhìn Minh hỏi thăm,

- Ba má cháu lúc rày cũng khỏe chứ?

Minh vừa '*Dạ*' nhỏ một tiếng, chú lại tiếp:

- Chắc cây cách bên hè nhà con cũng còn đó hả?

Minh thoáng ngạc nhiên, chưa hiểu ý của chú, dù trong đầu đã nghĩ ngay tới cây cách mà ba Minh trồng bên bờ mương cạnh hè nhà. Chú Tám nhắp miếng rượu, miệng lẩm bẩm,

- Tội ba cháu, mỗi lần có mồi nhắm, ảnh hay kêu chú qua uống với ảnh. Trưa trưa mà chú nghe ảnh hú một tiếng, '*Thầy giáo ơi, có đó hông*' là chú biết có nhậu rồi. Hổng cần gì nhiều, ảnh chỉ hái vài lá cách đem vô cuốn mỡ chài với thịt bò, rồi kẹp vô vỉ nướng, cũng đủ cho hai anh em cưa nửa xị rồi.

Thím Tám tiếp lới,

- Ông nhắc tới tôi mới nhớ, dưới gốc cây cách bên nhà anh chị Hai còn có một vườn rau thấy mà ham. Rau gì cũng có, đủ thứ, thập vật. Chị Hai cứ căn dặn hoài, khi nào trong nhà mình cần rau răm, rau húng gì đó, cứ qua hái về ăn. Có khi tôi còn qua xin một mớ rau càng cua làm xà-lách.

Thím Tám và xong một miếng cơm, lại nhớ thêm,

- Ở mé vườn còn có đám rau má mọc đầy. Hồi mấy đứa còn nhỏ, mỗi lần thấy đứa nào bị nhiệt trong người, tôi cũng qua bển hái về một rổ rau má, đâm ra rồi vắt nước cho tụi nó uống.

Ăn cơm trưa xong, Thành dẫn Minh ra sau nhà chơi. Chỉ sau vài bước đã đưa Minh đi từ ngạc nhiên này tới ngạc nhiên khác. Dù mỗi năm Minh vẫn thường về quê của mình ở miền Tây vào dịp giỗ ông Cố của Minh, vẫn không tránh khỏi sững sờ trước cảnh ruộng vườn hiện ra trước mắt ở phía sau nhà Thành. Vừa bước ra khỏi hàng lu mái dầm, hứng nước mưa sau chái nhà, hình ảnh những chùm rễ đước tua tủa trên mặt sình đập vào mắt Minh. Minh ngẩn người kêu lên,

- Cây đước hả?

Minh tò mò bước đến một cây đước gần mình để quan sát. Chợt có tiếng động thình lình, *xuệch ... xuệch*, làm Minh giật mình chùn bước.

Thành giải thích,

- Cá thòi lòi đó.

Minh trợn tròn mắt quan sát. Quả thật có hai ba con cá hình ống, đen đuổi, lớn cở cườm tay con nít, mỗi con mang một cặp mắt thồ lộ trên đỉnh đầu, nằm bất động trên bãi sình. Minh chợt có cảm giác như ngay trên đám rễ cây trên không cũng có cả. Giương mắt nhìn kỷ. Không thể tin vào mắt mình được. Minh bước tới gần hơn. *Xuệch ... xuệch*, chuyện khó tin nhưng Minh thấy dường như mấy con vật đó có thể *chạy* thật nhanh một đoạn trên thân cây trước khi phóng xuống bùn và *chạy* tiếp trên mặt bùn để lẫn trốn.

Minh quýnh quáng kể lại với bạn. Thành thản nhiên đáp,

- Ừ, nó leo lên cây hoài!

Té ra chúng có thể dùng hai cái vi cá phía trước như chân để 'chạy' trên mặt đất sình lầy, hay 'leo' lên thân cây.

Minh sững sờ trước *khám phá* mới. Phía sau nhà Thành là vùng đất trũng nên có nước vô ra theo thủy triều. Giờ này nước rút, Minh rảo mắt nhìn quanh bãi sình sau nhà, bỗng kêu lên,

- Có cua kìa.

Thành giải thích,

- Còng đó chứ không phải cua.

Vài con còng thập thò ở miệng hang, có con chạy lon ton từ hang này đến hang khác, trước khi vụt rút xuống những hang lỗ chi chít trên mặt bùn. Minh thích thú buộc miệng cất giọng theo câu ca dao,

Gió đưa gió đẩy về rẫy ăn còng,
Về sông ăn cá, về đồng ăn cua.

Thành thấy Minh vui như vậy bèn hỏi,

- Mầy muốn bắt còng không? Ngày mai mình bắt. Bữa nay câu cá kèo chơi.

Minh thích thú, 'ừ' một tiếng, bước theo Thành. Thành dẫn Minh ra phía trước nhà, đi về hướng chợ Kinh Nước Mặn. Qua khỏi tiệm may, tiệm thuốc, tiệm hớt tóc, và tới bến xe ngựa. Thành rảo rảo quanh bến xe, mắt dán trên mặt đất. Minh hỏi,

- Mầy kiếm gì vậy?

- Lông ngựa.

- Chi vậy?

Sau khi nhặt lên một cọng lông đuôi ngựa, Thành giải thích, '*Mình thắt vòng câu cá kèo*'. Té ra vậy, Minh chợt hiểu, và phụ nhặt thêm vài cọng dài và chắc đưa cho Thành. Về tới nhà Thành lấy hai cành cây đước đã vót sẵn làm cần câu, buộc cộng lông ngựa vào đầu cần làm dây câu, và phía dưới dây câu thắt một cái thòng lòng. Vậy là xong. Câu kiểu này không cần lưỡi câu, chỉ đứng bên bờ ruộng thả vòng xuống nước, cố tròng qua thân một con cá kèo đang lội, bất ngờ giật mạnh lên. Cá thì nhiều. Sau khi nước lên sắp sỉ trên mặt sình đã thấy nhiều con nhởn nhơ lội tới lội lui kiếm ăn. Nhưng câu kiểu này thì thiệt hên xui may rủi. Thường thì sau khi cá vừa văng lên khỏi mặt nước đã rớt trở xuống. Có khi đem cá được vào bờ nhưng cá rớt xuống đất rồi cũng nhanh chóng ngúc ngoắc tìm đường xuống nước. Họa hoằn bắt được một con làm vui, rồi cũng thả nó đi.

Chưa bao giờ Minh thấy kiểu câu cá giản tiện hơn, ngay cả lưỡi câu và mồi cũng không cần. Ngoại trừ vào dịp hè năm ngoái, trong chuyến Minh về thăm quê ngoại ở An Giang, bất ngờ được câu cá với cậu Chín của Minh. Không câu đâu xa, chỉ ngay trước cửa nhà. Sáng thức dậy cậu cháu đứng trên thềm nhà nhìn xuống vũng nước lênh láng đầy sân trước. Vào mùa nước lớn, nước ngập sân là chuyện bình thường. Bởi vậy dân trong vùng, nghèo thì dựng nhà sàn, khá giả thì xây nhà trên nền cao. Buổi sáng nước lớn thì chờ trưa nước rút. Nếu cần đi lại, đã có xuồng cột sát bên nhà. Cậu Chín chợt chỉ tay xuống vũng nước trước sân,

- Coi cá kìa.

Lần đầu thấy cá lội nhởn nhơ trong sân nhà, lại có mấy con tìm tới tận chân mình, Minh quýnh lên, rối rít chỉ tay cho cậu Chín coi. Đây con cá trê, kia con cá rô. Cậu thấy cháu thích thú như vậy bèn hỏi,

- Cháu muốn câu không?

Minh nhanh nhẩu gật đầu. Cậu ra phía sau nhà mang lên một cây cần trúc nhỏ, chỉ lớn bằng ngón tay cái và dài độ hơn một thước. Minh hớn hở cầm lấy, săm soi từng lóng trúc láng lức, vàng tươi. *'Chắc cần còn mới'*, Minh nghĩ, vì cả sợi nhợ trắng dùng làm dây câu cũng chưa ngả màu lắm. Nhìn xuống tới lưỡi câu, Minh chợt nhận ra còn thiếu một thứ quan trọng. Mồi. *'Câu cá trê mà có được mồi trùng là hết sảy'*, Minh nghĩ bụng, nhưng trong lúc này biết đi đâu đào trùng. Minh ngó lên thấy cậu Chín bắt ghế lên trên phảng, đứng với tay lên kèo nhà, quẹt một miếng ổ nhện đem xuống. Cậu vo vo miếng ổ nhện giữa ngón cái và ngón trỏ. Minh đang thắc mắc không biết cậu định làm gì, thì cậu đã đến kế bên nắm lưỡi câu lên, móc mồi ... ổ nhện. Thằng cháu chỉ cần đứng trên thềm nhà, thả mồi xuống cái sân đầy nước, chờ một khắc đã có cá cắn câu. Trưa lại, sau khi nước rút, trên bàn ăn gia đình đã có thêm một món ăn đạm bạc. Hai con cá trê nướng dầm nước mắm gừng.

Ảnh: Nguyễn Hữu Thời

Thành thấy Minh đã lơ là với trò câu cá kèo, nên rủ Minh ra sân trước chơi *thảy đáo* (đánh đáo) dưới bóng cây me, một trò chơi gần như hằng ngày của hai đứa lúc trước, chỉ khác một điều là giờ đây Thành gọi là chơi 'Tử', khiến Minh thắc mắc một chặp. Té ra đó là tiếng địa phương, có lẽ để tránh gọi tên 'Đáo' của một quan phụ mẫu trong vùng ngày xưa. Hai đứa chọi đáo được một đỗi, Minh cứ nhướng mắt ngắm nghía mấy trái me treo lủng lẳng trên cành, Thành đọc được ý bạn, bèn nói,

- Me chua lè, ăn hổng được đâu.

Minh thắc mắc,

- Sao hổng trồng me ngọt.

- Cây này của ông nội tao trồng hồi xưa. Nhưng nghe ba tao nói, vùng này nước lợ, chỉ có me chua.

Cái màn thảy đáo lội ngược thời gian của Thành bày ra để sống lại tuổi thơ coi bộ không còn hấp dẫn với hai đứa bạn nay đã già hơn xưa hai tuổi rồi. Minh lơ đãng nhìn quanh, bâng quơ nói,

- Nhớ cây ổi với cây mận trước nhà cũ của mầy không.

Thành tỏ ra nuối tiếc,

- Ừ, ổi xá lị, trái lớn bằng trái cam. Mấy trái còn chua ăn cũng thấy ngọt.

Minh cười bí ẩn hỏi,

- Đó mầy nhớ còn có cái gì trên cây ổi trước nhà mầy nữa?

- Có trái thôi chứ có gì.

Chợt nhớ ra điều gì, Thành tiếp,

- Hay là mày muốn nói tới mấy cái bịch giấy ba tao dùng bao mấy trái ổi gần chín tới để tránh dơi ăn.

Minh gật đầu,

- Ừ, mấy nhắc tao mới nhớ. Trên cây lúc nào cũng có mấy cái bịch giấy xám treo lủng lẳng. Nhưng ý tao muốn nói tới mấy ổ kiến trên cây ổi.

Thành mỉm cười hiểu ý bạn,

- Mầy muốn nói chuyện anh Công chọc ổ kiến vàng đó hả?

Bạn bè lớn lên từ nhỏ có khác. Chuyện vậy mà cũng làm say mê hai đứa để nhớ tới bây giờ. Kiến vàng thường hay ghép lá làm ổ trên cây ổi trước nhà Thành. Những lúc hứng đi câu cá sặc anh Công chọc ổ kiến xuống để lấy trứng kiến làm mồi. Cái cây chọc ổ kiến do tự tay anh làm, gồm một cái giỏ bằng vải mùng treo lủng lẳng ở phía đầu một cần trúc cao nghều nghệu. Anh đứng dưới gốc cây, dùng đầu cần trúc thọc cho ổ kiến rớt xuống cái giỏ mùng, rồi đem xuống. Mỗi lần đứng xem anh Công làm đến *công đoạn* đó thì hai đứa thường bỏ chạy ra xa, sợ đàn kiến hung hăng bò ra cắn cho nổi mận ngứa ngáy mấy ngày. Nhưng anh Công thì bình tĩnh hạ cây cần trúc xuống ngang mặt đất, rồi đứng đó chờ lũ kiến tủa ra khỏi ổ, tìm đường thoát thân. Không lâu chúng tìm đến bốn sợi chỉ treo giỏ mùng, và từ đó bò ra thân cây trúc, chạy vùn vụt về hướng anh Công. Nhưng chúng chỉ đi được nửa doạn đường thì anh đã lấy tay nhịp nhịp trên cây cần trúc, tạo chấn động làm văng chúng xuống đất. Mấy con kiến hoảng loạn, bỏ chạy tứ tán.

Sau đó hai đứa nhỏ mới dám bu lại coi anh Công vạch mấy lá ổi ra lấy trứng kiến, như mấy hột cơm trắng tươi màu sữa, rồi lót tót theo anh đi câu cá. Anh không thích có hai đứa đi theo, vì 'cứ chạy giỡn hoài, đuổi cá đi hết trơn', anh thường quở. Nhưng đôi khi vì bổn phận phải trông em mà anh buộc lòng dẫn thằng Thành theo. Mà có Thành thì phải có Minh.

Anh Công mang theo sẵn một giỏ mây, tròn ũm, chỉ lớn bằng nửa cái giỏ xách đi chợ của mấy bà, để đựng cá. Đến chỗ câu ruột của mình, trên khoảnh đất nhẵn bên bờ ao, dưới bóng mát của cây chùm ruột, anh ngồi móc mồi trứng kiến vào cái lưỡi câu nhỏ xíu *chuyên trị* cá sặc. Anh giương mắt, chằm chằm xác định vị trí thả câu, từ từ hạ mồi xuống nước, phải đúng địa điểm *bí mật* quen thuộc mà anh biết có nhiều cá. Anh ngồi yên, chông mắt vào cái phao làm bằng cọng tỏi, nổi lình bình trên mặt nước. Thấy phao động đậy anh giật cần lên. Lần nào cũng như lần nấy, đều thấy một con cá sặc đong đưa ở cuối sợi nhợ câu. Anh Công gỡ cá ra, để vào giỏ mây, và ngâm xuống nước để giữ cho cá sống tới khi mang về nhà. Vậy là buổi ăn hôm đó ở nhà Thành có thêm món cá sặc chiên dòn dầm nước mắm ớt, ngon lành.

Thành và Minh vừa nhắc tới anh Công thì anh xuất hiện. Không có chuyện gì làm ở trong nhà, anh rảo ra đứng trước cửa hóng mát dưới tàng cây me. Nhìn hai đứa chơi dưới gốc cây anh lắc đầu nói *'Hai đứa già đầu rồi mà còn thảy đáo hả.'* Thật ra hai *ông già* sắp lên trung học đã bắt đầu thờ ơ với trò chơi ghiền của mấy năm trước. Thành bèn rủ Minh qua hè nhà *'gỡ mũ trôm'*. Từ khi bước chân đến nhà Thành, Minh không khỏi bỡ ngỡ trước cảnh vật quanh đây. Nó đã dẫn Minh đi từ ngạc nhiên này đến ngạc nhiên khác, từ những cây đước rễ phơi trên trời, tới những con còng vòng vòng kiếm ăn trên mặt sình, và mấy con cá biết leo cây chạy xành xạch trên vũng lầy. Bây giờ là cây trôm mà Thành chưa nghe nói tới bao giờ.

Cây trôm nhà Thành lớn cỡ cây xoài nhỏ sau vườn nhà Minh. Lá dài gần như lá xoài nhưng mọc xòe ra thành từng chùm như cánh dù ở cuối nhánh. Nhìn chung không có gì lạ mắt, nhưng khi Thành dẫn Minh đến bên thân cây, chỉ cho Minh coi những miếng nhựa trong như keo, lẫn trong đám vỏ cây sần sùi, đấy vết sẹo, Minh mới thấy lạ. Thành gỡ ra một miếng nhựa trắng đục, lấm chấm bụi vỏ cây đen, đưa cho Minh coi.

- Mủ trôm đó. Ngâm nước, uống mát lắm,

Thành nói, trước khi dẫn Minh vào nhà cho coi mấy miếng mủ trôm khô cứng đựng trong ve keo. Thành còn sót ra một chút nước mủ trôm pha đường đã ngâm sẵn trong cái ly cối kế bên cho Minh nếm thử. Uống vô một miếng, thấy mát tựa sương sa, lại ngòn ngọt vị đường phèn. Thêm một bất ngờ thích thú đối với Minh. Thiệt là một thết đãi tuyệt vời của tạo hóa. Ở vùng gần cửa biển nếu nước lợ làm me chua, ổi chát, thì ít ra cũng được bù đắp bởi một ly mủ trôm làm mát lòng mát dạ người dân sống trên mũi đất đầu sóng ngọn gió.

Cơm chiều xong Minh theo Thành cùng anh Công và ba Thành ra đứng hóng mát ở hàng hiên trước nhà. Thằng Út em trai Thành cũng quấn quít nắm tay anh Công. Ba Thành hết thăm hỏi chuyện học hành, ăn ở của anh Công trên Sài Gòn, lại quay qua hỏi chuyện nhà của Minh và các bà con trong xóm cũ ở Sài Gòn mà ông vẫn còn nhớ tới nhiều. Bất chợt tiếng nói tiếng cười tắt lịm. Khoảng trống không gian lấp đầy bởi những ánh mắt tránh né, lo âu của người lớn, và nét hốt hoảng trên gương mặt đóng băng của trẻ con. Mọi ánh mắt hướng về một phía. Một đội lính, áo đen, áo rằn, lặng lẽ bước, giữa những nòng súng dài vô tri bên bờ vai. Kẻ trước người sau, theo hàng một, người và súng di chuyển ngang qua trước hàng rào nhà Thành.

Ông Giáo Tám cuối đầu thở dài, quay người, bước vào trong. Anh Công lặng lẽ theo sau, biết ông đang nghĩ tới anh Hai mình. Người con trưởng của Ông Giáo Tám nghe nói tập kết ra Bắc từ năm 54, tới giờ chưa biết ở đâu, sống chết ra sao. Đất nước chia cắt từ đó. Đứa con tập kết của ông có thể là một trong những người trở về hoạt động vào ban đêm trong vùng, và cũng chính là con mồi mà mấy người lính Địa Phương Quân nầy đang săn lùng. Thành thủ thỉ bên tai Minh,

- Bữa hôm trước có người giết ông Trưởng Ấp, bêu đầu trên lan can cầu Ngang. Qua bữa sau, mấy ông lính này nghi chú Tư ở xóm trên làm, nên bắt chú, giết chết rồi cũng đem đầu ra đó bêu lên.

Minh nghe nổi da gà,

- Ghê quá vậy.

Thành nhỏ giọng,

- Bạn hàng đi ngang còn thấy có người lính đốt điếu thuốc nhét vô miệng chú, mời '*Hút một điếu đi anh Tư*'.

Trời sụp tối, Minh theo Thành leo lên bộ ván gỗ đặt bên cánh phải gian nhà trước, kế bên bàn thờ, để ngủ. Không biết vì chỗ lạ khó ngủ hay vì câu chuyện của Thành khiến Minh trăn trở mãi. Anh Công nằm kế bên chắc cũng mang cùng tâm trạng, xoay người qua hỏi,

- Ngủ không được hả?

Trong bóng đêm đen kịch, Minh '*Dạ*' nhỏ một tiếng. Anh Công tiếp,

- Ở đây hồi nào giờ vẫn vậy. Lúc bình yên thì người dân phải sống với nước mặn, đất phèn.

Sau tiếng thở dài, anh thì thầm,

- Gặp thời buổi loạn lạc, thì loạn hơn ở nơi nào hết, vì là chỗ xa mặt trời.

Anh Công muốn nói tới địa thế vùng quê hẻo lánh của anh. Dãy đất nằm ở cuối nguồn của hai con sông lịch sử, sông Cần Giuộc và sông Vàm Cỏ. Vì là vùng đất thấp lại nằm gần biển, nên nước sông luôn bị nhiễm mặn, tạo nên hoàn cảnh khắc nghiệt cho cư dân. Nước lợ, đất phèn, khó trồng trọt. Cuộc sống người nông dân ngay cả ở những miền phù sa màu mỡ nước ngọt quanh năm còn cơ cực đủ điều, huống chi phải sống với thổ nhưỡng kén chọn hoa màu như ở nơi này.

Nghe anh Công than thở về hoàn cảnh quê anh, Minh thắc mắc,

- Sao hồi đó chú Tám dọn nhà về đây vậy anh?

- Sau khi ông nội anh mất, ba anh là người con trai duy nhứt còn lại trong gia đình. Hai người chú của anh đã chết trước đó trong chiến tranh. Ba anh nói '*Không dọn về dưới xứ ở thì ai lo giữ mồ mả ông bà.*'

Minh nghĩ bụng, '*Té ra vì để gìn giữ mồ mả ông bà mà Ông Giáo Tám đã không ngại từ bỏ vùng nước ngọt để về sống với nước mặn, đất phèn của quê ông.*' Minh lại nghĩ đến những người dân khác trong vùng. Trải qua bao thế hệ, họ vẫn kiên trì sống với mảnh đất đầu sóng ngọn gió, đầy thử thách cam go. Chẳng thẹn với lời dặn dò của ông bà:

Ai ơi đừng bỏ ruộng hoang
Bao nhiêu tấc đất, tấc vàng bấy nhiêu

Minh bâng quơ nói,

- Nhờ có mấy người khai hoang lập ấp, đứng mũi chịu sào như dân ở đây, mình mới có được đất nước như ngày hôm nay hả anh.

Anh Công cười khẩy,

- Em còn nhỏ tuổi mà cũng biết nghĩ quá hả.

Trong bóng đêm tĩnh mịch giữa vùng đất còn ấm dấu chân tiền nhân, Minh thấy thấm thía hơn với những lời bà ngoại Minh từng nhắc nhở con cháu trong nhà sau các buổi ăn, chớ chừa một hột cơm thừa trong chén mà *mang tội với người làm ruộng khổ cực*'. Minh thiếp đi trong tiếng ru nghĩa tình qua hình ảnh một bà lão đầu tóc bạc phơ, bên mâm cơm sáng chiều, luôn giành một khoảnh khắc lặng lẽ cầm đũa xá ba lần để tỏ lòng biết ơn nhà nông.

Trời chưa sáng tiếng bạn hàng gồng gành gà vịt, rau cải, hàng hóa ra chợ bán gọi nhau ơi ới bên đường đã đánh thức Minh. Anh Công bước ra trước sân nhà tập thể dục. Minh nằm yên chờ Thành thức dậy bắt đầu một ngày mới. Nhìn thấy Thành đã trở mình, Minh đẩy vai Thành giục,

- Dậy lẹ lên, đi lượm lý.

Thành lè nhè,

- Ở đây đâu có lý mà lượm.

Chuyện bí mật của trẻ con người lớn làm sao biết được. Hồi nhỏ khi Thành còn ở Sài Gòn, nhà hai đứa ở đối diện một ngôi chùa. Trước chùa, trên bức trường chánh điện có họa hình Phật Thích Ca Mâu Ni, vận y cà sa vàng, nằm trong tư thế nhập Niết-bàn, nên người trong vùng gọi chùa này là chùa Phật Nằm. Gọi như vậy để phân biệt với một ngôi chùa khác trên cùng con đường, đó là chùa Phật Đứng, vì có tượng Phật Bà Quan Âm đứng phía sau chùa.

Trên sân chùa Phật Nằm còn có Trường Phật Học, một căn nhà tường sơn vôi vàng. Trước cửa trường, ngay sau cổng chùa, là một cây lý lâu năm, cành lá xum xuê, che khuất tấm bảng tên trường. Người đi qua đường trước khi nhìn thấy cây lý cũng có thể người thấy hương thơm thoang thoảng từ mấy trái lý xanh ửng treo đầu cành. Trái lý lớn cỡ trái mận, nhưng tròn tĩnh như cái bình bát các vị sư ôm trước người lúc đi khất thực. Trái lý ăn vào giống như trái mận nhưng ngọt ngào hơn nhiều và đặc biệt lại tỏa hương thơm ngào ngạt lên mũi.

Hương vị quyến rũ của lý đã một thời có thể đánh thức Thành và Minh dậy sớm vào các buổi sáng sau những cơn mưa to gió lớn, để chạy qua trước cổng chùa lượm mấy trái lý rơi rụng trên sân cỏ. Nhưng thường thì ông Tạ giữ chùa đã nhặt trước, và để sẵn trong bịch giấy cho hai đứa. Đôi khi ông mở cổng chùa cho hai đứa vào tận gốc cây lý để tha hồ lựa trái to, trái chín, trái ngon mà lượm đem về ăn.

Tuy ở Kinh Nước Mặn này không có những trái lý thơm ngọt để lượm, nhưng Thành cũng chiều bạn mà thức dậy sớm, xin tiền mẹ dẫn Minh ra chợ ăn hàng buổi sáng. Minh đinh ninh đi chơi với bạn nhóc tì thì trông mong gì được hưởng những món người lớn, kiểu hủ tiếu Mỹ Tho hay cháo lòng Cai Lậy như những lần Minh được ăn vào các dịp theo cha mẹ về quê ở miền Tây. Nào ngờ chợ Kinh cũng có nhiều món ngon chờ mình khám phá, đặc biệt là món bánh tằm gói lá chuối. Những sợi khoai mì dẻo mềm, có cọng xanh màu lá dứa, cọng đỏ màu củ dền, lại thêm mấy miếng dừa nạo trắng nhuyễn, li chi lấm tấm mời gọi bên trên. Ăn vào thấy thơm mùi mè, lại béo vị nước cốt dừa.

Ăn uống xong Thành đề nghị dẫn Minh đến nhà Bà Cô của Thành,

- Xung quanh đây không có lý, nhưng ở nhà bà Cô tao có một cây táo.

Minh thắc mắc,

- Cây táo ra sao. Hồi nào giờ tao chưa thấy cây táo.

- Cây táo ở nhà bà Cô tao lớn cỡ cây ổi ở trước nhà tao hồi đó, nhưng sai trái lắm.

- Táo này giống như 'bôm' vậy hả?

- Ờ, nhìn bên ngoài giống trái 'bôm' tí hon, vì nó nhỏ chỉ bằng đầu ngón tay cái hè.

Tới nơi Minh thích thú đứng nhìn những trái bôm tí hon treo lơ lửng đầy cành, trông rất vui mắt. Hái xuống một trái ăn thử Minh mới biết tại sao trái còn đầy cành, vì chim chóc cũng chê. Ăn vào chỉ có vị chát. Dĩ nhiên không thể so được với ổi, dù là những trái ổi non ở trước nhà cũ của Thành, mà hai đứa đôi khi cũng hái xuống ăn khi hết chuyện để 'phá'. Nó cũng không giống cái chát chua của mấy trái bần hoang bên bờ sông, để ít ra còn chấm muối ớt ăn đỡ ghiền.

Sau khi trở về nhà mỗi đứa lấy một cái lon thiếc cầm theo đến ruộng nhà Bác Tư, một người bác họ của Thành, để bắt còng. Hai đứa đi dọc theo con đường đất hẹp bên bờ kinh, cạnh hàng dừa nước, dưới ánh nắng ban mai dìu dịu. Kỷ niệm không hẹn chợt ùa về. Minh hỏi Thành,

- Nhớ hồi đó tụi mình hay rảo rảo bên mấy bờ ao kiếm cá lìm kìm không?

Minh muốn nhắc tới mấy con cá ốm tong, lấp lánh dưới nước như mấy cây kim bạc. Mỗi lần cá vẫy đuôi như có sợi chỉ ngắn vướng phía sau.

Thành nhoẻn miệng gật đầu,

- Ờ, mấy lần mình ráng xúc cá vô keo đem về nhà chơi, mà cứ hụt hoài.

Minh chợt nhớ ra,

- Chỉ có nòng nọc là dễ vớt nhứt, nhưng có một lần đem về bị ba mầy la quá sá.

Thành lại nhớ tới một kỷ niệm khác,

- Sau lần đó tao còn vớt trứng cóc về, đựng trong ly cối uống nước của ổng, làm bị la một trận.

Minh cười khì,

- Sao tao không nhớ lần đó.

Thành giải thích,

- Hình như lần đó mầy về quê rồi. Tao ở lại một mình, đi vòng vòng mấy cái ao mình thường đi đó. Thấy mấy sợi trứng cóc ở mé ao bên hông nhà mày, tao vớt lên, đem về để vô cái ly cối của ba tao để coi cho đã.

Mấy dề trứng cóc, giống như những cọng bún tàu ngâm nước, nhìn trong trong nhưng có lấm chấm các đốm đen. Mỗi đốm sẽ nở ra một con nòng nọc như hột đậu đen, có đuôi vẫy lia lịa. Đứa con nít nào nhìn mà không ham. Sau vài ngày, khi đuôi nòng nọc rụng, nó biến thành con cóc nhảy lên bờ.

Hai đứa đi qua khỏi rặng dừa nước, thì cảnh bờ kinh bị sạt lở nặng hiện ra trước mắt. Hai cây mù u già tuy còn gượng đứng được bên bờ nhưng nhìn xuống gốc thì thấy nửa phần rễ hướng ra sông đã không có đất bám. Cả chùm rễ to rễ nhỏ tua tủa phơi khô trong không, thấy mà tội nghiệp. Minh hỏi,

- Đất lở quá hả?

Thành dõi mắt ra hướng dòng nước cuồn cuộn trôi,

- Ba tao nói tại hồi xưa người Pháp đào kinh này lớn quá, lượng nước chảy nhiều làm trôi đất hết.

- Hôm trước qua phà tao cũng thấy nước chảy siết quá. Lại sóng lớn nữa. Thiệt nguy hiểm. Họ đào kinh chi lớn dữ vậy ta.

- Nghe nói họ phải đào kinh sâu và rộng như vậy cho các tàu chiến của họ chạy.

- Ngộ quá, chỗ này cũng có tàu của Tây chạy ngang qua hả.

- Tại mình sinh ra và lớn lên ở Sài Gòn nên không biết. Chứ từ khi xuống đây tao nghe ba tao với mấy người lớn nhắc chuyện đánh Tây trên mấy khúc sông này hoài.

Thành nhìn mông lung, nhướng mày cố nhớ lại những giai thoại lịch sử từng nghe,

- Thật ra hồi đó mình cũng có nghe nói về anh hùng Nguyễn Trung Trực đốt tàu Espérance của Pháp ở Vàm Nhựt Tảo. Nhưng nghe như chuyện cổ tích xa xôi. Về đây tao mới cảm thấy gần gũi với lịch sử hơn.

Thành vừa nói vừa chỉ tay về phía trước,

- Như từ khúc sông Vàm Cỏ chảy quanh chỗ này, mình có thể đi ngược lên sông Vàm Cỏ Đông, để tới Vàm Nhựt Tảo chỗ xảy ra trận chiến lịch sử đó.

Thành muốn nhắc tới một trong hai trận chiến kháng Pháp oanh liệt của anh hùng Nguyễn Trung Trực, thường được truyền tụng trong dân gian qua hai câu thơ bất hủ:

Trận thứ hai là lần ông cùng nghĩa quân đánh úp đồn Kiên Giang của quân Pháp.

Minh hiểu ý Thành. Đứng nơi địa đầu, khó khỏi cảm nhận được hồn thiêng sông núi. Thành lại tiếp,

- Phải chi ngày mai mầy còn ở lại đây, tao dẫn mầy đi coi đồn Rạch Cát của Tây để lại.

- Giống như cái đồn Tây bên Bình An gần nhà tụi mình hồi đó hả?

- Không, Đồn Rạch Cát ở đây lớn hơn nhiều lắm.

Sau hơn bốn mươi năm Pháp giao tranh với quân binh triều đình nhà Nguyễn từ khi chiếm thành Gia Định, và phải liên tục chống trả với những cuộc nổi dậy kháng Pháp ở Nam Kỳ, đến đầu thế kỷ 20 quân Pháp đã cho xây thành đắp lũy ở nhiều nơi có địa thế chiến lược quan trọng. 'Đồn Tây' ở Bình An mà Minh nhắc tới ở gần nơi sinh trưởng của Thành và Minh, là một thành trì kiên cố Pháp dựng lên để phòng thủ mặt Tây-Nam của vòng đai Sài Gòn. Đồn nằm bên tả ngạn Kinh Đôi, gần Rạch Bà Lớn là một nút chặn, ngăn cản nghĩa quân kháng Pháp từ các tỉnh miền Tây kéo lên xâm nhập thành phố. Đồn này tuy kiên cố, xây bằng xi măng cốt sắt, nhưng nằm trên một mẩu đất hẹp, với hỏa lực chỉ nhắm vào các đội nghĩa quân xâm nhập bằng đường bộ hay dùng ghe thuyền tiến vào Kinh Đôi.

Trong khi đồn Rạch Cát ở Long Hựu Đông, mà Thành tiếc không có dịp dẫn bạn đi coi, là một nút chặn chiến lược gần cửa biển Soài Rạp, nơi mà cả hai sông Cần Giuộc và Vàm Cỏ đổ vào sông Soài Rạp trước khi chảy ra biển. Đồn Rạch Cát được xây gần cửa sông Cần Giuộc, có quy mô rộng lớn và trang bị nhiều súng ống với hỏa lực hùng hậu, có thể phóng tầm kiểm soát ra xa hơn hàng chục cây số. Mục đích là để ngăn chặn nghĩa quân kháng Pháp từ miền Tây kéo lên, theo vết chân người xưa, của triều đình nhà Nguyễn, từ đồn Mỹ Tho và dinh Long Hồ ở Vĩnh Long lần theo hệ thống sông ngòi chằng chịt của miền đồng bằng sông Cửu Long để tiến ra sông Vàm Cỏ, vào sông Soài Rạp hay qua sông Cần Giuộc, tiến thẳng tới thành Gia Định.

Thành nói tiếp,

- Đồn Tây gần nhà mình hồi đó so ra như một lô-cốt nhỏ, chỉ thấy bốn bức tường kiên cố với mấy lỗ châu mai xung quanh. Còn đồn Rạch Cát ở đây có tới hai pháo đài vĩ đại, trang bị súng thần công, và đủ cỡ đại bác với súng máy lớn nhỏ.

Minh tặc lưỡi,

- Uổng quá mình không đi coi được.

Thành lại kể,

- Nghe ba tao nói, cà-nông từ pháo đài Rạch Cát có thể bắn tới Gò Công ở hướng tây và Cần Giờ ở hướng đông. Và nếu cần trọng pháo có thể bắn tới cửa sông Lòng Tảo, hay xa hơn nữa để yểm trợ ba pháo đài phòng thủ bờ biển Vũng Tàu, ngăn chặn các thế lực thuộc địa khác từ châu Âu tới tranh giành quyền lợi tại Việt Nam từ tay người Pháp.

Theo hướng tay của Thành, Minh phóng tầm nhìn ra xa. Trước cảnh ruộng đồng sông nước mênh mông, cố mường tượng hình ảnh dãy giang sơn gấm vóc của nước nhà. Không ngờ cậu bé 10 tuổi cũng có giây phút chạnh lòng của nhà thơ Tản Đà,

Nọ bức dư đồ thử đứng coi.

Minh bước những bước tư lự, nghĩ tới những người đã tìm đến tận nơi xa xôi trắc trở này khai hoang lập ấp, và bao thế hệ hy sinh gìn giữ quê hương. Minh chợt cảm thấy pháo đài của địch quân càng kiên cố, súng ống kẻ xâm lăng càng khốc liệt, càng biểu hiện rõ nét kháng cự dũng mãnh của tiền nhân. Đồng thời chúng còn là những chứng tích nhắc nhớ sự hy sinh vô bờ bến của bao thế hệ cha ông, đã mang hết ruột gan dành cho xứ sở mà đương đầu với sắt thép của kẻ xâm lược, bảo vệ từng tấc đất quê hương. Minh không ngờ ở vùng đất hẻo lánh mà anh Công gọi là xa mặt trời này, lại gần gũi với lịch sử dựng nước và giữ nước của quê hương tới như vậy.

Gió từ biển Đông lồng lộng thổi vào. Hai anh em tiếp tục bước dọc theo bờ kinh, nhưng có cảm giác như đi trên miệng hố. Bờ sông không xanh rì cỏ cây, mơn man làn nước hiền hòa như Minh thường thấy ở quê ngoại, mà chỉ đỏ màu gạch nung, phơi trần lòng đất mẹ, như người bị lóc hết thịt da. Giữa bốn bề vắng lặng, từ xa xa có bóng một ngôi nhà rộng lớn. Đến gần hơn, một quang cảnh nhộn nhịp hiếm thấy quanh đây dần dần hiện ra. Trước sân nhà bốn người đàn ông đang bận rộn với công việc của họ giữa những tấm ván, miếng gỗ, chồng chất ngổn ngang. Một đám con nít chạy giỡn xung quanh. Minh nghĩ là một trại cưa, vì có tiếng cưa kéo xèn xẹt và tiếng đóng đinh cồm cộp.

Thành như đọc thấy câu hỏi trong ánh mắt tò mò của Minh, bèn nói,

- Trại hàng đó.

- Người ta đang đóng hòm hả?

- Ở. Chỗ này gần nhà bác Tư tao. Ổng qua lại mỗi ngày, nhìn thấy cảnh làm ăn của người ta, nên thường nói, cái nghề đóng hòm ở xứ này coi bộ khá.

Minh sững sờ trước câu nói mỉa mai. Có lẽ vì trước nay chưa nghĩ tới việc đóng hòm như một cái nghề như bao nhiêu nghề nghiệp khác, nhưng cũng có thể vì đầu óc non trẻ không dung hòa được hình ảnh chết chóc với nỗi vui kiếm tiền hàm ý trong câu nói của bác Tư. Tuy nhiên sau kích động bất chợt, nghĩ lại Minh thấy điều bác Tư nói cũng phản ảnh phần nào thực tại của vùng đất nghèo.

Dù Minh chỉ đến quê Thành mới hai ngày, nhưng cũng nhận thấy được ngoài quang cảnh tấp nập mua bán ở chợ, thì cảnh tượng rộn ràng với công ăn việc làm khác chỉ tìm gặp ở trại hàng này. Qua trước sân trại hàng, Minh tò mò rảo mắt quan sát. Một chú trung niên vấn khăn trên đầu, một chân đạp trên ngựa gỗ, một tay cầm ván, một tay kéo cưa sồn sột. Một bác lớn tuổi đang phết sơn đỏ lên nắp quan tài. Một anh trai trẻ, có lẽ thế hệ thứ ba trong gia đình, đang trám chay vào các khe hở giữa mấy miếng ván trên một cái hòm bên cạnh. Chạy giỡn trên sân đất xung quanh là bốn đứa con nít đang rượt đuổi bầy gà.

Minh thắc mắc,

- Sao ở đây dân ít mà người ta đóng hòm chi nhiều vậy.

Thành để một ngón tay lên môi như khuyên bạn nói nhỏ lại, rồi bước đến gần Minh, thỉ thầm,

- Ngày nào cũng có người chết. Bữa trước mấy ổng về giết người bên nầy. Bữa sau người bên này kiếm mấy ổng giết lại.

- Ghê quá vậy.

Hai đứa đã đến trước cửa trại hàng, Thành liếc nhìn Minh, cười nửa miệng,

- Sao tự nhiên đi nhanh vậy. Mầy sợ hả?

- Đâu có sợ gì.

Câu hỏi của Thành không biết vô tình hay phát ra từ tiềm thức, nhưng chợt mở ngỏ cho bao kỷ niệm ùa về. Minh nói,

- Bộ mầy quên hồi đó tụi mình từng dám lên cầu Ngang thả dốc sao.

Cầu Ngang ở trước cửa 'bót' (sở cảnh sát) gần nhà hai đứa bạn lúc lớn lên. Dạo đó, hai đứa mới lên bảy, Minh được ba nó mua cho một chiếc xe đạp trẻ con, cao chỉ tới đầu gối người lớn. Tiếng là xe đạp của Minh, nhưng lúc nào trên xe cũng thấy hai đứa, thay phiên nhau, đứa đạp xe ngồi phía trước, đứa kia ngồi ôm eo ếch ở phía sau. Lúc đầu hai đứa chỉ chạy tới, chạy lui, trên con đường tráng nhựa trước cửa nhà. Con đường dài gần hai trăm thước, nằm giữa hai con kinh ở hai đầu, nhưng dù đi đến cuối đường vẫn còn có thể nhìn thấy hàng rào bông bụp trước nhà Thành, đủ để trong lòng hai đứa thấy yên tâm. Hai đứa thường chạy về hướng Kinh Đôi vì vắng vẻ, ít xe cộ hơn.

Sau vài ngày, mỗi lần đạp xe đến cuối đường, Thành đã rủ Minh tiếp tục rẽ vào con đường chạy dọc theo bờ kinh để đi xa hơn. Lần đầu Minh từ chối vì nỗi sợ vùng cấm ky ở phía trước. Đó là bót Bãi Sậy. Chế độ thuộc địa Pháp tại Việt nam đã chấm dứt. Người Pháp đã rút quân khỏi Việt Nam và rời khỏi cái bót này từ một năm trước, nhưng các *'oan hồn'* vẫn còn lởn vởn quanh đây, ít ra là qua những lời thì thầm của người lớn còn văng vẳng bên tai hai đứa con nít. Vẫn còn đó tiếng rên của tù nhân phát lên mỗi đêm từ cái khám phía sau bót; tiếng kêu cứu của bác Ba bị cột dưới chân cầu chờ nước lớn ngập mũi cho tới chết; tiếng kêu oan của chú Hai bị xử bắn bên mang cá cầu; và tiếng khóc than của chị Tư bị cưỡng bức rồi vứt xác trong đám cây bần bên bờ sông cạnh bót. Cơn ác mộng thuộc địa dây dưa mãi.

Qua đến ngày hôm sau, rồi hôm sau nữa, ngày nào đến ngã ba đường Thành cũng giục Minh đi tiếp. Không biết vì nước chảy miết đá cũng mòn, hay vì bản thân Minh cũng cảm thấy khoảng đường đạp xe đã hết thú vị như lúc ban đầu, nên miễn cưỡng nghe lời bạn tiến xa hơn, nhưng không quên đặt ra giới hạn mới, là chỉ đạp xe tới cái phông-tên nước ở cách ngã ba đường khoảng 20 thước thôi. Tuy nhiên chẳng được mấy ngày, Thành lại đòi nhích lần ranh ra xa hơn, gấp đôi khoảng cách từ ngã ba tới phông-tên nước, để có thể đạp xe qua khỏi quán cà-phê ông Sáu trước khi quay đầu lại. Trong lòng hai đứa đều biết đó là lần ranh cuối cùng, vì xa hơn nữa là tới cái lô-cốt ở góc tường thành hướng Đông-Nam của cái bót khủng khiếp kia. Tuy nhiên đối với Thành, nổi tiếng '*lì nhứt nhà*' thì dường như không có lần ranh bên ngoài hay nỗi sợ bên trong nào có thể giữ chân nó được.

Chẳng được mấy ngày Thành lại có ỳ nghĩ táo bạo, tiếp tục đạp xe qua khỏi bót Bãi Sậy để lên cầu Ngang, rồi từ trên cầu chơi trò thả dốc, cho xe từ trên cao xẻ gió chạy vù vù xuống mà không cần đạp. Làm sao có đứa trẻ nào có thể bỏ qua được một dịp như vậy. Bởi vậy chẳng ngạc nhiên khi '*chơi thả dốc*' đã trở thành tiết mục hấp dẫn trong suốt mùa hè của hai đứa. Ngồi yên trên xe mở to mắt tận hưởng cái hiện tại vùn vụt trôi qua, để bay bổng khỏi vũ trụ, vượt ra ngoài mọi ràng buộc của thế gian. Hai thằng bạn đã khắc phục nỗi sợ hãi quá khứ để viết lên trang sử gắn bó, tươi vui, trong ký ức đầu đời.

Minh đang miên man sống trong kỷ niệm, Thành chỉ tay về phía trước nói,

- Nhà bác Tư tao kìa

Qua khỏi trại hàng không lâu hai đứa đã đến trước cửa nhà Bác Tư của Thành. Ngôi nhà ngói rộng rãi, trải ngang ra ba gian như nhà cửa các gia đình khá giả khác, nhưng không được bề thế như nhà Thành vì các cột kèo phía trước coi ra khá khẳng khiu, lại thêm cửa nẻo không thấy đâu. Gió biển thổi luồn từ trước ra sau. Bác Tư trai, trong bộ bà ba trắng tiệp màu râu tóc, đang ngồi trên cái phảng bên hè cặm cụi vá lưới. Người trong gia đình gọi bác là bác Tư Tiên, không phải tên thật của bác, chỉ vì lúc nhỏ Thành nhìn thấy râu tóc bạc phơ của bác nó thường kêu lên *'Bác Tư giống tiên quá'*.

Thành chào hỏi bác Tư và giới thiệu Minh, xong đến kế bên bác hỏi,

- Bác vá lưới để đi vó cá?

- Hai năm nay bác không còn đi vó cá nữa, già cả rồi làm gì nỗi

Bác Tư vừa nói vừa nhướng mắt ngó lên nhìn Thành.

- Bác tính vá miếng lưới này lại đem cho con trai thằng Hai '*ghe chài*'.

Anh Hai mang tiếng là người ở xóm trên nhưng anh thường sống dưới ghe hơn. Gia đình anh có một chiếc ghe chài, vận chuyển lương thực và hàng hóa tới các chợ trong vùng, từ chợ Cần Giuộc tới chợ Kinh Nước Mặn hay xa hơn nữa. Mấy bữa trước bác Tư có dịp quá giang ghe anh Hai đi Long An. Chiều đến, mọi người tề tựu trên ghe, vợ chồng anh đãi bác một bữa cháo cá linh, ăn nhớ để đời. Bác kể,

- Vợ thằng Hai nấu sẵn một nồi cháo. Cháo vừa chín tới là con nó quăng chài xuống sông kéo cá linh lên. Thằng Hai xúc ra một thau cá tươi, bắt từng con bỏ vô nồi cháo đang sôi sùng sục ...

Minh ngạc nhiên ngắt lời,

- Không có làm cá gì hết hả bác.

Bác Tư nuốt nước miếng trả lời,

- Khỏi làm gì ráo trọi. Thằng Hai chỉ đứng kế bên vớt bọt. Bọt nổi lên bao nhiêu, nó vớt hết, đổ đi. Vậy mà cháo ăn ngọt sớt. Uống vô một miếng rượu, thấy chín ông trời.

Bác ngước mặt thả hồn theo dòng nước ngọt của con sông Cần Giuộc đang chãy đầy ký ức. Mãi một lát sau, đợi cho dư vị chén cháo đã bốc hơi dần theo men rượu, Bác Tư mới để ý thấy hai đứa nhỏ đang cầm hai cái lon trong tay, bác hỏi,

- Hai đứa ra sau nhà bắt còng đi.

Thành và Minh vội cám ơn bác Tư, bước theo lối mòn bên hè nhà tiến ra sau vườn. Vừa qua khỏi cái lu hứng nước mưa ở góc nhà, Minh giương to mắt, lính qua lính quýnh chỉ trỏ kêu Thành,

- Có còng kìa, có còng kìa.

Quả thật 'Cua với còng cũng dòng nhà nó'. Trên bãi sình gần hàng dừa nước vài chú còng, chẳng khác những con cua tí hon, lê một càng quá khổ chạy tới chạy lui.

Đúng là thiên đường của tuổi thơ. Ít ra là tuổi thơ của Thành và Minh. Dù quanh đây không có luống rau với mấy bụi ớt bên hè nhà ông Hai hàng xóm nơi hai đứa thường lẩn quẩn khi lớn lên, lục lọi tìm con cam màu xanh tròn trỉnh, con quýt màu lục thân dài, khoác những bộ cánh lấp lánh ửng vàng dưới ánh mặt trời bao giờ cũng chói chang. Nơi đây cũng không có bụi bạc hà với đám rau càng cua xanh mơn mởn và rau dấp cá xanh rì phủ kín mảnh vườn nhà bác Bảy, phía sau hàng cây tùm nụm li chi trái đỏ trái vàng, để hai đứa tới lục tìm con ngựa trời màu xanh lá cây. Đến mấy cây nhào, cây cách, hay cây bình bát hoang treo trái chín vàng, thơm tho, bên con mương nhỏ cũng không thấy. Nhưng cần gì. Chỉ cần bãi bùn đen, đủ thắp sáng trang kỷ niệm đầu đời của hai đứa.

Dù Thành và Minh vẫn thường bị mẹ Thành quở 'Suốt ngày đi hoang ngoài đường', nhưng vui thú nhứt có lẽ không gì bằng được dọc bùn mỗi năm một lần, vào dịp người lớn tát ao bắt cá ngay bên hè nhà. Cái đầm giữa nhà Thành và Minh nhờ thông thương với một nhánh sông rộng nên cá tôm thường tìm đến trú ẩn hay làm ổ, sanh sản trong đám cỏ, bụi lác, hay trong các hang hốc giữa những chùm rễ dừa, rễ tràm bên bờ ao. Thiên nhiên khéo bày, cho ngày thường chim chóc ríu rít trên cành, cá tôm lững lờ dưới nước. Sau khi ao đã tát, cá tôm dù có lẫn trong bùn non cũng không khó nhận ra, qua hình dạng không thể nhầm lẫn của chúng, con cá lóc suông đuộc, con cá trê đầu dẹp, con cá rô gai góc, hay con cá sặc như miếng lá ổi phết bùn. Mỗi con cá từ lớn tới nhỏ mỗi lần bắt được đều mang lại niềm vui cho người lớn, và tiếng reo mừng của trẻ con.

Sau khi người lớn bắt sạch cá lớn thì tới phiên trẻ con lao xuống bắt cá con. Ngày thường mà quần áo, tay chân lấm lem bụi đất là dễ bị ăn đòn, nhưng vào ngày tát ao, con nít được đại xá cho nhào xuống dọc bùn, bắt ốc. Riêng Thành và Minh có sứ mạng bí mật chia nhau làm. Mỗi đứa một mé ao, lục tìm cá lia thia. Mấy con cá tí hon như những lá me lấm bùn mà chỉ có những cặp mắt nhà nghề như Thành và Minh mới nhận ra để bắt bỏ vô rổ. Đem lên bờ, đến cạnh lu nước sau hè, tưới vào vài lon nước cho nó hiện nguyên hình. Chọn những con xanh biếc, óng ánh bạc, và nếu thêm vây rộng, đuôi xòe cánh quạt màu tia tía nửa thì càng tốt. Cho vào ve keo đầy nước, thả thêm một nhúm rong xanh tươi, nhuyển mịn, cho cá ăn, và cũng để cá núp, cho người ngắm.

Hôm nay hai anh em lại gặp nhau trên một bãi bùn, nhưng không để kiếm cá lia thia mà để bắt còng. Trò chơi mới đối với Minh, nhưng đã cũ với Thành. Thành đứng trên bờ mỉm cười, nhìn Minh ì ạch lội bùn ngập mắt cá, rượt đuổi vô ích mỗi con còng động đậy bên hang, hay đang chạy lăng xăng tìm mồi mà Minh nhìn thấy. Thành chậm rãi bước từng bước vững chải tìm đến bên Minh truyền nghề,

- Tụi nó lẹ lắm, mầy rượt không kịp đâu.

Nói chưa dứt lời, nhìn thấy một con còng phóng nhanh phía trước, Thành chợt vứt nắm sình thủ sẵn trong tay về hướng con vật. Trong khi con còng đang loi nhoi cố thoát ra khỏi nắm bùn đè trên người thì Thành đã đến nơi thộp ngay vào lòng bàn tay, bắt bỏ vô lon. Minh tưởng đã học hết nghề của bạn, từ cách liệng bùn tới cách chặn hang bắt còng, nhưng sau khi lên bờ, đến bên lu nước rửa còng sạch sẽ, Minh mới biết đá biết vàng. Mấy con còng trong lon Minh chỉ đáng để làm mắm ruốc thôi. Chẳng bì được với mấy con còng trong lon Thành, mỗi con một vẻ, khoe cái càng đỏ, thân xanh, lại ánh lên màu tim tím, thấy mà ham.

Sau một ngày dài rong chơi hai đứa bạn đã trở về nhà Thành, vừa bước vào sân trước đã nghe tiếng anh Công hối,

- Hai đứa tắm rửa đi, rồi vô ăn.

Thành dẫn Minh ra sau hè, chỉ tay xuống nơi có sàn lót gạch tàu đỏ ao kế bên cái lu mái dầm đựng nước mưa, nói:

- Mầy đứng đây tắm đi.

Minh không lấy gì làm lạ, vì hôm qua sau khi về đến nhà không lâu, anh Công đã thay y phục, mặc quần đùi dẫn Minh ra đây xối vài gáo nước cho mát. Lạ là tại sao Thành lại bước tới một lu nước khác gần đám cây đước bên bờ mương để đứng tắm một mình. Minh nhớ lại ngày trước, hai đứa sau khi rong ruổi ngoài đường về, thường đứng tắm chung một lu nước, khi thì bên hè nhà

Minh, lúc ở cháy sau nhà Thành. Nếu tắm ở nhà Thành thì còn có thêm màn giành lon múc nước. Đúa nào cũng muốn giành lon lớn, mỗi lần xối nước lên người được nhiều nước hơn, cảm thấy đã hơn. Lon nhỏ nguyên là lon sữa Ông Thọ, dung lượng chỉ bằng nửa lon lớn, lấy từ lon sửa Ghi-gô (Guigoz).

Minh xối được vài gáo nước thì thấy Huệ, em gái kế của Thành, xuất hiện ở góc nhà. Huệ tình cờ như mọi hôm phụ mẹ mang nồi, mang chảo nấu ăn ra sau hè ngâm nước để rửa. Huệ chợt dừng chân, giương to mắt sửng sốt nhìn Minh, và quay đâu vội vã bước trở vào nhà. Có gì trong ánh mắt và thái độ của Huệ khiến Minh thắc mắc mãi. Huệ có vẻ như sượng sùng vì bắt gặp Minh ở trần, Minh thoạt nghĩ, nhưng lại xua ngay ý nghĩ đó vì mới ngày nào ba anh em còn chạy tắm mưa ngoài đường. Dù Huệ vẫn mặc nguyên bộ bà ba quen thuộc chạy tung tăng trong mưa, nhưng Minh và Thành thì lúc nào cũng chỉ vỏn vẹn có cái quần xà lỏn đen che thân. Huệ còn thường bày trò chơi chạy đua, gỡ cái kẹp tóc của mình xuống, quăng ra xa để ba anh em thi coi ai chạy tới nhặt được kẹp trước. *'Chắc nó lớn rồi nên biết mắc cở'*", Minh thoáng nghĩ.

Tắm rửa xong, Thành và Minh men vào nhà thay quần áo. Gia đình đã quây quần đông đủ bên bàn ăn chờ hai đứa. Ba Thành ngồi nhắm rượu, vừa thấy Minh đã gởi lời nhắn,

- Ngày mai về trển nói với ba cháu, chú gởi lời thăm ổng nha.

Minh 'Dạ' một tiếng, chú lại tiếp,

- Nói chú hỏi thăm cây cách của ảnh lúc này ra sao. Cháu cứ nói vậy ảnh biết hè.

Minh hiểu ý chú Tám, muốn tỏ ý vẫn còn nhớ mấy buổi nhậu thịt bò cuốn lá cách với ba Minh.

Má Thành nhoẻn miệng cười, nói với Minh,

- Cho thím gởi lời thăm má con nữa ...

Thím dừng lại, và một đủa cơm, đợi một chặp, rồi căn dặn Minh,

- Con nói thím nhớ má con lắm, và hỏi bã chừng nào đem trầu cau xuống thì nói cho thím biết. Thím chờ hổng kịp.

Minh gật đầu vâng dạ, dù không hiểu ý thím Tám lắm. Chuyện người lớn làm sao nó biết. Hai bà bạn gắn bó với nhau đến độ muốn cột chặt mối thân tình vĩnh viễn qua cuộc lương duyên của đôi trẻ Minh-Huệ khi chúng tới tuổi cập kê. Nôm na ra là hai bà đã hứa làm sui gia với nhau.

Ngày vui nào cũng chóng tàn, sáng hôm sau Minh từ giã Thành mà lòng nao nao không biết chừng nào mới gặp lại bạn. Ngồi trên xe đò bên bến phà Kinh Nước Mặn, Minh thả mắt xuống dòng nước chảy như thác đổ cơ hồ có thể cuốn trôi cả cù lao Long Hựu. Minh chợt nhớ hôm qua Thành nói con kinh này do người Pháp đào, nên quay sang anh Công hỏi,

- Người Pháp đào kinh này chi vậy anh.

- Họ muốn mở đường nước đi tắt từ sông Vàm Cỏ qua sông Cần Giuộc. Một con kinh chiến lược rất quan trọng, tiện lợi cho các tàu chiến của họ đi lại để kiểm soát khắp Nam Kỳ.

- Vậy trước đó họ đi lại như thế nào anh.

- Anh nghĩ tàu chiến của họ, nếu đi từ miền Tây lên Sài Gòn, phải đi vòng theo sông Vàm Cỏ ra gần tới hạ nguồn sông Soài Rạp rồi mới đi ngược trở lên. Đi như vậy chẳng những xa hơn nhiều mà còn phải đương đầu với sóng to gió lớn ở gần cửa biển, như người đời thường nói:

Anh đi ghe gạo Gò Công
Về vàm Bao Ngược gió giông đứt buồm.

Vàm Bao Ngược là nơi nước sông Vàm Cỏ đổ vô sông Soài Rạp.

Anh Công tư lự một chặp, lại nói,

- Các tàu chiến của Pháp xuất phát từ Mỹ Tho cũng có thể theo sông Tiền ra biển, rồi lại quay trở vô đất liền qua cửa Soài Rạp, nằm phía trên đó một chút. Đi như vậy lại càng xa xôi trắc trở hơn.

Minh thắc mắc,

- Sao họ biết đường, biết lối ở xứ mình hết vậy anh.

Anh Công 'hừm' một tiếng trong miệng tỏ ý đồng tình, rồi tiếp,

- Chắc họ cũng phải mất nhiều ngày tháng tìm kiếm. Không chừng triều đình Pháp đã từng cho tàu bè qua đây trong những chuyến hải hành trước, trá hình đi buôn bán gì đó để dò la đường đất nước mình.

- Hai ba trăm năm trước mà cũng có người tới đây buôn bán sao anh.

- Nói gì hai ba trăm năm. Từ xưa hơn nữa đã có dân tứ xứ tìm đến vùng đất này rồi.

- Thiệt hả anh.

- Ờ. Người Pháp, hồi họ còn ở Việt Nam, đã phát hiện nền văn hóa Óc Eo của vương quốc Phù Nam, hiện diện gần hai ngàn năm trước trong vùng châu thổ sông Cửu Long, đặc biệt là quanh miệt An Giang. Ngoài ra còn có chứng tích để lại cho thấy dân cư xứ Phù Nam từng tiếp xúc và giao dịch với người phương xa, từ các lục địa khác trôi dạt tới đây.

- Ngộ quá hả anh. Em tưởng phải tới khoảng bốn năm trăm năm trước, khi có người Bồ Đào Nha đầu tiên đi tàu vòng quanh thế giới, mặc may người ngoại quốc mới biết tới mình.

- Đó là theo những gì sử sách còn ghi chép lại về các chuyến hải hành chính thức theo lệnh vua chúa bên các nước phương Tây. Chứ trên thực tế, có lẽ từ khi loài người có mặt trên trái đất này thì đã có cảnh đất lành chim đậu. Chỗ nào hết trái cây để hái, hết thú hoang để săn, thì người ta lại bỏ đi tìm chỗ khác theo bản năng sinh tồn.

- Vậy người mình bắt đầu tiến xuống vùng châu thổ sông Cửu Long từ hồi nào anh.

- Có thể từ hai ngàn năm trước vào thời còn vương quốc Phù Nam đã có người Việt lưu lạc xuống đây qua các ngả đường biển hay đường bộ. Nhưng theo sử sách thì các triều đại nhà Nguyễn bắt đầu xác lập bờ cõi nước ta ở phương Nam từ cuối thế kỷ 17. Trong giai đoạn này, bờ cõi phương Nam được mở rộng hàng ngàn dặm từ đông sang tây.

Minh thắc mắc,

- Chính xác là từ đâu tới đâu vậy anh.

Anh Công dõi mắt ra bên ngoài khung cửa kính, mỉm cười, nói:

Thì từ ...

Nhà Bè nước chảy chia hai.
Ai về Gia Định, Đồng Nai thì về.

Tới ...

Đèn Sài Gòn ngọn xanh ngọn đỏ,
Đèn Mỹ Tho ngọn tỏ ngọn lu.

Anh Công hóm hỉnh nhắc tới các địa danh quen thuộc đã đi vào ca dao Nam Kỳ Lục Tỉnh, từ Đồng Nai (Biên Hòa), Gia Định tới Mỹ Tho, nhưng chưa kể tới các tỉnh khác như Vĩnh Long, An Giang, và sau cùng là Hà Tiên.

Tư lự một hồi anh Công nói:

- Ngoài ra còn có một kỳ công của ông cha để lại, không thể không kể tới:

Đường từ Châu Đốc, Hà Tiên,

Có kinh Vĩnh Tế nối liền hai nơi.

Minh thắc mắc,

- Kinh Vĩnh Tế ở đâu vậy anh.

Anh Công gục gật đầu,

- Kinh Vĩnh Tế do vua Gia Long cho đào dọc theo biên giới nước mình với Chân Lạp, vừa mang tính chiến lược biên phòng vừa mở một thủy lộ phát triển giao thương giữa hai nước.

Minh trợn tròn mắt thán phục tiền nhân. Anh Công phóng mắt ra xa, qua khỏi những cảnh đồng mênh mông bên ngoài, trầm ngâm một lúc rồi nói:

- Đó là những cái lợi trước mắt của kinh Vĩnh Tế mà hậu thế có thể nhận thấy được. Còn những ẩn ý gì khác của tiền nhân thì làm sao mình biết.

- Bộ vua Gia Long cho đào kinh Vĩnh tế còn có mục đích gì khác hả anh.

- Khó nói được. Thời nào có thế nấy. Kinh Vĩnh Tế bắt đầu từ sông Châu Đốc, nhập vô sông Giang Thành, chảy ngang qua Hà Tiên trước khi đổ ra biển ở vịnh Thái Lan. Bởi vậy mục đích khuếch trương thương mại cho hai vùng Châu Đốc với Hà Tiên là hiển nhiên.

Lại còn thu hút người Chân Lạp đến làm ăn buôn bán với chúng ta. Ngoài ra ...

Anh Công bỏ lững câu nói trong nỗi thán phục tài kinh bang tế thế của tiền nhân.Trầm ngâm một đổi anh thì thầm,

- Ngày xưa ông cha ta đã từng tiến quân tới tận Nam Vang để giảng hồi hòa bình cho vùng biên giới, cho dân mình được sống yên ổn. Thử tưởng tượng nếu lúc đó có kinh Vĩnh Tế, thì tiện lợi biết bao cho các chiến thuyền của ta được triều đình điều động vào Nam để dẹp loạn ở biên giới.

Anh Công ngẫm nghĩ một chặp,

- Nếu nhìn xa hơn, mình thấy Kinh Vĩnh Tế không chỉ dẫn vào Chân Lạp mà còn có thể mở đường thủy lên tận Ai Lao bên trên nữa chứ không chơi.

Minh say mê theo dõi câu chuyện của anh Công, không khác gì đang nghe một bài học lịch sử vô giá. Minh chặc lưỡi,

- Thủy quân của mình hùng hậu vậy hả anh. Có thể vượt biển từ ngoài Trung vô đây dẹp loạn.

- Hay lắm, và cứ mỗi lần đến một nơi nào, sau khi tạm ổn định tình hình, thì vua xuống chỉ cho xây thành quách và cử các vị tướng tài ba tới trấn giữ. Bắt đầu là thành Gia Định, tới Thành Mỹ Tho, rồi thành Vĩnh Long, vân vân. Cứ vậy mà từng bước xác lập chủ quyền nước ta ở phương Nam.

Minh càng nghe càng khoái chí,

- Không ngờ mình có truyền thống thủy quân vô địch vậy hả anh.

- Ờ, từ cả ngàn năm trước Ngô Quyền đã chiến thắng quân Nam Hán trên sông Bạch Đằng để giành lại độc lập cho xứ sở. Em biết mà, trường có dạy đó. Hơn 3 trăm năm sau, Hưng Đạo Đại Vương Trần Quốc Tuấn cũng dẹp tan quân Nguyên qua các trận thủy chiến. Chưa kể trận Hàm Tử mà Nguyễn Trải nhắc tới trong Bình Ngô đại cáo,

Cửa Hàm tử bắt sống Toa Đô
Sông Bạch Đằng giết tươi Ô Mã.

Anh Công tư lự một lúc, rồi tiếp,

- Nhưng nếu chỉ có sức mạnh quân sự và hành động võ biền thì không thể giúp dựng nước và mở mang bờ cõi được. Trong những cuộc xung đột với các thế lực lớn nhỏ từ Bắc chí Nam, mình còn có truyền thống:

Đem đại nghĩa để thắng hung tàn,

Lấy chí nhân để thay cường bạo.

Minh thắc mắc,

- Bí quyết của mình hả anh?

Anh Công nói,

- Cũng có thể nói như vậy. Bí quyết ở chỗ biết thu phục nhân tâm. Em coi như Thành Cát Tư Hãn ngày xưa, có thể xua quân chinh phạt khắp đông tây, từ Á sang Âu, từ bắc chí nam, nhưng đi đến đâu cũng chỉ để lại điêu tàn, chết chóc và nỗi uất hận trong lòng người. Ngược lại ông cha ta khi đến vùng đất mới với dân cư ô hộp, mà vẫn có thể quy tụ lòng người về một mối.

- Cha ông mình làm sao thu phục lòng người vậy anh.

- Chẳng cần làm gì hết.

- Sao lạ vậy anh.

- Tại vì chảy trong huyết quản của người mình là một văn hóa đối nhân xử thế tốt.

- Làm sao mình biết được anh.

- Bằng chứng là các câu ca dao tục ngữ truyền tụng trong dân gian từ bao đời. Như, *'Thương người như thể thương thân,'* hay *'Bầu ơi thương lấy bí cùng. Tuy rằng khác giống nhưng chung một giàn'.* Lâu ngày tạo thành nếp sống dung dị của người mình. Gặp người ngoài ai mà không thích.

Minh chợt nhớ đến câu nói ông giáo Tám thường nhắc với các con ông, bèn hỏi,

- *'Có qua có lại mới toại lòng nhau'* hả anh?

Anh Công gật đầu, hiểu ý Minh muốn nhắc lại câu nói của ba anh như một thí dụ khác về lối sống của người mình.

Minh lại hỏi,

- Hồi đó có các giống dân nào sống ở vùng đất này vậy anh.

Nghĩ một chặp anh Công nói,

- Như anh đã nói, *'Đất lành chim đậu'* mà. Anh nghĩ, vùng châu thổ sông Cửu Long màu mỡ, chắc quyến rũ không ít dân tứ xứ đến, từ các nước ở gần như Chân Lạp, Chiêm Thành, Xiêm La, hay xa hơn như Ấn Độ, Trung Hoa, Nhựt Bổn và các đảo quốc khác.

Minh xoe tròn mắt thán phục,

- Vậy mà họ cũng sống như người mình tới nay hả anh.

Anh Công gật gù nghĩ ngợi và cố giải thích,

- Mỗi giống dân đến đây lúc ban đầu ắt đã mang theo một hành trang văn hóa riêng, trước khi thừa hưởng ít nhiều văn hóa Óc Eo để lại. Nghĩ như vậy mới thấy nền văn hóa ta phải vừa linh động, để đem lại sự hài hòa trong xã hội, lại vừa có đủ cá thể để giữ được bản sắc dân tộc tới ngày nay.

Minh không hiểu ý anh Công lắm, nhưng trong lòng không khỏi cảm thấy lâng lâng, khoái khoái, tràn đầy niềm hãnh diện đối với quê hương.

Chiếc xe đò xình xịch lăn bánh tới Cần Giuộc, nửa đường về Sài Gòn, lại dừng lại đón khách. Bên ngoài trời nắng chang chang, Anh Công giơ cặp táp đựng quần áo và vài món quà cáp đặc sản Kinh Nước Mặn lên khung cửa kính che nắng. Vài người bán hàng rong bên ngoài cố vẫy tay chào mời. Họ khiến Minh nhớ lại quang cảnh bán hàng rong vui nhộn, tấp nập hơn, bên chân cầu Bến Lức mà Minh thường gặp mỗi khi về quê ngoại dưới Long Xuyên. Tiếng reo hàng inh ỏi, tiếng mời chào khách nhao nhao. Những cánh tay tua tủa từ những người bán hàng đứng dưới đất cố với lên tới khung cửa kính để chào bán những món giải khát, như một xâu mía ghim hay một miếng khóm mới xẻ, hoặc các món ăn dằn bụng như một khúc bánh mì lạp xưởng, một sâu chim sẻ rô-ti, hay cả rổ hột vịt lộn nóng hổi.

Ảnh: Nguyễn Hữu Thời

Trong lúc thả hồn về quê ngoại, Minh chợt nhớ lại anh Công có nhắc đến An Giang như một trong sáu tỉnh của Nam Kỳ Lục Tỉnh, bèn hỏi,

- Hồi nãy anh có nói tới An Giang, là vùng quê ngoại của em đó hả anh.

- Đúng rồi, quê em ở Long Xuyên thuộc tỉnh An Giang. Dù ranh giới và tên gọi của tỉnh thành vùng này thường thay đổi theo thời đại, nhưng chung chung quê em thuộc vùng châu thổ sông Hậu, gần miệt cù lao Ông Chưởng.

- Không biết ông Chưởng là ai, mà em thấy ở quê em có nhiều đền miếu thờ ổng lắm.

- Ông là Lễ Thành Hầu Nguyễn Hữu Cảnh. một trong những vị tướng tài thời chúa Nguyễn Phúc Chu. Ông có công lớn mở mang bờ cõi phương Nam, và coi như có công đầu khai phá vùng đất An Giang. Người dân mến mộ gọi ông là Chưởng Binh Lễ, theo tên húy của ông. Sau lần ông kéo quân qua tới tận Nam Vang dẹp loạn, khi trở về tới cồn Cây Sao, nằm giữa sông Hậu, ở vùng Long Xuyên, thì ông bị bạo bệnh và qua đời. Để tưởng nhớ ông, người dân đổi tên cồn thành Cù lao Ông Chưởng, và lập nhiều đền miếu quanh vùng để thờ phượng Ông.

- Ổng hay quá hả anh.

- Ờ, trước đó ông đã từng bình định vùng Đồng Nai, Gia định, rồi mộ thêm dân từ miền Trung vào khai hoang, lập ấp, mở mang bờ cõi. Trong lúc ông đang trấn giữ Gia định lại được lệnh vua xuất quân xuống vùng biên giới Chân Lạp dẹp loạn. Tội nghiệp, như anh nói hồi nãy, sau khi chiến thắng trở về tới An Giang ông lại mắc bệnh mà mất.

Chiếc xe đò sau cùng cũng rời bến. Khi xe chạy ngang qua cầu cần Giuộc anh Công chợt vỗ vai Minh, hướng mắt xuống dòng sông bên dưới, nói:

- Coi ghe nước *'ngọt'* kìa.

Minh nhìn xuống chiếc ghe chài không mui như ngập trong nước đang trôi trên sông.

- Xung quanh đây sông nước không mà người ta còn chở nước đi đâu vậy anh.

Anh Công cười cười nói,

- Sông đổ ra biển. Nước sông ở thượng nguồn dù có *'ngọt'* đến đâu, khi chảy ra tới gần biển cũng ít nhiều bị nhiễm mặn.

- Như ở vùng quê anh?

- Ờ, mà năm nay lại gặp hạn, cả tháng trời không một hột mưa. Nhiều nhà kiếm một miếng nước *'ngọt'* nấu ăn hổng ra, kêu trời như bộng. Chỉ có mấy người khá giả, lâu lâu còn mua được một gánh nước ngọt từ các ghe nước ở xa chỡ tới.

- Trời, em ở đó hai ngày mà đâu có biết gì đâu.

Anh Công chợt choàng cánh tay qua vai Minh, nói:

- Chiều hôm qua anh đang ngồi nói chuyện với ba má anh ở bàn ăn, em Huệ từ phía sau chạy vô nhà, hớt ha hớt hải mét, '*Má ơi, anh Minh tắm lu nước ngọt*'.

- Em nhớ hồi ngày đầu, anh dẫn em ra chỗ đó đứng tắm mà.

- Mình ở xa về được ưu đãi. Mà bữa đó mình đi đường xa về, sối một hai gáo cho mát thôi, chứ đâu có tắm rửa gì lâu.

- Nhưng mà Thành cũng kêu em đứng chỗ đó tắm.

- Nó quý em nên để em tắm nước ngọt. Còn phần nó, tắm xong nước lợ trước, rồi mới tới lu nước mưa sối một hai lon. Nước ngọt quý lắm, chỉ dành để uống và nấu ăn thôi.

Minh xoa đầu bức cổ, cắn chặt hàm răng cố nén cảm xúc tội lỗi trong lòng, trong ý nghĩ mình đã hoang phí đổ đi từng lon nước uống, lon nước nấu ăn hiếm hoi, quý báu của người dân miền nước mặn. Minh quay sang anh Công, cặp mắt đỏ hoe, thủ thỉ

- Em xin lỗi, em không biết ...

Anh Công vò đầu Minh,

- Thì bây giờ biết. Đời là chuỗi ngày học hỏi mà.

Tư lự một hồi anh Công nói,

- Ngay cả anh, trước khi ba anh dọn về quê, anh cũng đâu ngờ cuộc sống dân cư trong vùng vất vả như vậy. Hồi nhỏ lâu lâu được về thăm nội, anh thích lắm. Rong chơi ngoài đồng cả ngày với mấy anh em chú bác. Tới lúc từ giã còn cảm thấy nuối tiếc, bịn rịn muốn khóc. Bị ông nội anh cười hoài. Bà nội thì hứa hẹn đủ điều, *'Lần tới con về nội thắt thiệt nhiều đồ chơi cho con'*.

Làm sao anh có thể quên được hình ảnh bà anh ngồi trên vạc giường phủ đầy lá dừa, cọng xanh, cọng vàng. Bà còng lưng, nhướng mắt, chăm chú điều khiển từng ngón tay gầy guộc, đan thắt cho ra hình một con cào cào, một con châu chấu, một con chuồn chuồn, hay cả một con cá rô nữa. Cậu bé Công trầm trồ thán phục, *'Bà nội hay quá'*, cậu nhìn con vật nào dung mạo cũng giống y như thiệt. Cào cào châu chấu thì không bao giờ thiếu hai cái râu dài làm dáng trên trán. Chuồn chuồn thì không thiếu đôi mắt thồ lộ, với hai cặp cánh dài thườn thượt. Ngoài ra còn có con cá rô, đầy đủ vảy vi xanh xanh vàng vàng nữa chứ. Lá dừa thì nghe nói bà phải nhờ người quen buôn bán trên ghe mang từ làng kế bên về. Ngoài ra bà còn biết chế biến dụng cụ âm nhạc. Có lần sau khi làm thịt ếch cho một bữa ăn, bà căng miếng da ếch trên miệng lon sữa bò cũ rồi đem phơi khô, cho cháu nội bà làm trống, lấy cây đũa đánh bung bung cả ngày.

Tội bà cực nhọc, ráng vắt ra từ vùng nước mặn đất phèn những món quà ngọt ngào yêu thương cho con cháu. Anh Công ngồi trong xe trên đường về thành phố không khỏi nhớ tới bà trong nỗi quyến luyến mảnh đất quê hương. Đến Minh nữa, làm sao quên được tấm lòng của Thành, đã dành cho bạn cái hiếm hoi, quý giá nhứt của quê nó, một 'lu nước ngọt' để tắm.

Chương 2: Cuộc đời muôn mặt

Mùa hè năm 1959 Minh tham dự kỳ thi tuyển vào trường trung học công lập Pétrus Ký tại Sài Gòn. Khi điền đơn xin dự thi, gia đình Minh phải trăn trở bàn tính mất mấy ngày về một vấn đề duy nhứt, là việc chọn sinh ngữ chánh cho Minh. Hai sinh ngữ được dạy ở bậc trung học là tiếng Anh và tiếng Pháp. Sinh ngữ chánh được dạy suốt 7 năm trung học, trong khi sinh ngữ phụ chỉ được dạy vào 3 năm cuối ở bậc đệ nhị cấp. Cá nhân Minh mong được tiếp tục học tiếng Pháp, vì đã có chút ít vốn liếng tiếng Pháp học ở trường tiểu học, lẫn ở nhà, với một ông thầy dạy kèm tại tư gia. Tuy nhiên ông nội và ba Minh thấy cần phải cân nhắc xem trong tương lai ngôn ngữ nào hữu dụng hơn.

Dù Việt Nam đã giành độc lập từ tay người Pháp từ bốn năm trước, nhưng ảnh hưởng văn hóa và thế lực của Pháp vẫn còn tồn tại không ít trong xã hội và trong lòng nhiều người.... Dù miền Nam Việt Nam đã nằm trong khối thế giới tự do, lãnh đạo bởi Hoa Kỳ.... Dù những xe *camion* (xe tải) chất đầy các kiện hàng *Mỹ quốc viện trợ* đã thấy xuất hiện phân phối áo quần cũ và thức phẩm đóng họp trong vài xóm lao động.... Dù các cố vấn chánh phủ Mỹ, cố vấn cải tổ hành chánh Mỹ đã có mặt tại Sài Gòn.... Và dù cho vị Tổng Thống đầu tiên của miền Nam bay từ Hoa Kỳ về chấp chánh. Trong lòng một số người Việt vẫn cảm thấy *'Nói tiếng Pháp nghe sang hơn'*, và cử chỉ người Pháp *'thanh lịch, tao nhã hơn'* so với mấy anh cao bồi *'huênh hoang, nghênh ngang'* của Mỹ. Suy đi tính lại, gia đình Minh cũng như đa số gia đình các con em khác đã chọn tiếng Pháp làm sinh ngữ chánh. Té ra, nói cho cùng, nhiều người chọn níu kéo quá khứ hơn nắm bắt tương lai.

Ngoài ra ít ai thắc mắc, còn chương trình giáo dục tiếng Việt thì sao. Hồi thời Pháp thuộc, người dân Việt ít ai có dịp đến trường. Người được đến trường đều biết, *'Tổ tiên ta là người Gaulois'*, bởi trường dạy như vậy! Dần dà vì nhu cầu đào tạo công chức cho chánh quyền thuộc địa và cũng vì những cuộc tranh đấu đòi hỏi của người Việt, mà việc sử dụng tiếng quốc ngữ ngoài xã hội qua sách vở và báo chí, cũng như trong học đường ngày càng phổ biến hơn. Tuy nhiên do chánh sách chia để trị của chế độ thuộc địa và những diễn tiến đặc thù của lịch sử tại từng vùng, các chương trình giáo dục dùng chữ quốc ngữ đã không phát triển đồng bộ ở ba miền đất nước Việt Nam.

Ở miền Nam dù đã có những học giả đi tiên phong trong việc sử dụng chữ quốc ngữ như các ông Pétrus Trương Vĩnh Ký và Huỳnh Tịnh Của, từng xuất bản và chủ bút tờ Gia Định Báo, tờ báo chữ quốc ngữ đầu tiên của Việt Nam, vào năm 1865, nhưng sau đó nền giáo dục chữ quốc ngữ ở miền Bắc lại phát triển mạnh hơn và nhanh hơn. Trong cái rủi của đất nước bị chia cắt năm 1954, lại là cái may cho miền Nam đã đón nhận được nhiều nhà giáo dục từ miền Bắc di cư vào Nam. Những nhà mô phạm này đã góp phần quan trọng xây dựng hệ thống giáo dục miền Nam buổi ban đầu. Trong cái may này lại khó tránh khỏi cái rủi khác như có người từng nghĩ. Đó là văn học miền Nam và lịch sử mở mang bờ cõi ở phương Nam có thể đã vô tình bị xem nhẹ hay không được chiếu cố như cần thiết.

#

Gần nhà Minh có một quán lá bán nước trà và cà-phê, nhưng trước quán còn có gánh cháo huyết và gánh cơm tấm bán vào mỗi buổi sáng. Thường thì người lớn trong vùng sai con cái đến mua đem về nhà ăn. Ngược lại mấy ông tài xế Taxi thích ngồi ăn tại chỗ, trên mấy cái ghế gỗ nhỏ bằng bàn chân một người lớn, bên cái bàn gỗ vuôn thấp lè tè gần mặt đất. Vừa húp cháo vừa đọc báo. Vừa nhai cơm tấm vừa bàn chánh sự.

Chú Năm kề tai anh Tư tài xế thì thầm một đỗi, anh Tư bật cười ha hả. Đồng nghiệp ngồi kế bên giật mình hỏi,

- Chuyện gì vậy cha nội?

Anh Tư ngước mặt lên trời, rồi nhìn xung quanh, trước khi hạ thấp giọng lập lại câu thơ vừa nghe,

- *'Ngồi buồn gãi háng dái lăn tăn.'*

- Ai mà sung sướng vậy.

Anh Tư lại đảo mắt nhìn quanh, trước khi kề tai bạn nói,

- Sung sướng ông nội tui. Nghe đồn ông Hương làm thơ ở trong tù đó.

Anh Tư muốn nói đến ông Trần Văn Hương, cựu Đô trưởng đô thành Sài Gòn, một chánh khách nổi tiếng bị giam trong khám Chí Hòa vì cổ võ chống chánh quyền đương thời. Ông đã cùng một số trí thức, thuộc nhiều khuynh hướng chánh trị, lập nhóm đối lập với chánh phủ của ông Ngô Đình Diệm và công khai ủng hộ cuộc đảo chánh bất thành năm 1960.

Vào buổi đầu của chế độ miền Nam, các cơ chế dân chủ căn bản dù có thể đã được hình thành, nhưng sự vận hành của nền chánh trị phôi thai, thiếu tiền lệ, lại bắt đầu sau giai đoạn bất ổn kéo dài dưới chế độ thuộc địa, kết bè với phong kiến, nên đã không khỏi gặp nhiều khó khăn, chống đối. Nhiều chánh khách, nhiều nhà yêu nước phải chịu cảnh vào tù ra khám. Điển hình có thể là trường hợp của học giả Hồ Hữu Tường, một trí thức ái quốc, mà thời đại nào cũng thấy ông bị vào tù. Đến độ có người tin đó là số phận của ông. Vì rõ ràng tên ông là 'Hữu Tường', mà nói lái lại là '*hưởng tù*'.

Gần quán cà-phê và ở ngay đầu hẻm bên cạnh nhà Thành lúc trước còn có một tụ điểm ăn hàng khác, nhộn nhịp từ sáng tới tối. Từ tờ mờ sáng đã thấy hai mẹ con chị Mẹo mang rổ bánh cam, bánh còng ra ngồi bên đường bán cho học trò và mấy bà nội trợ trên đường đi chợ ngang qua đó. Kế bên chị Mẹo là bà Sáu hàng xóm với gánh bánh ít trần nổi tiếng bột dẻo, nhân thơm, nước mắm ngon. Cạnh bà Sáu là Chị Hai, ngồi sau rổ xôi vò thơm phức mùi đậu xanh, kế bên cái tô đựng mấy viên cơm rượu trắng phau, nồng nàn hơi men, đậm đà hương lúa gạo.

Trưa nào chị Mẹo bán không hết bánh, chị ra dấu cho thằng Tươi, con chị, đi rảo rảo rao hàng từng nhà xung quanh. Khi thì nó theo năn nỉ mấy chú đang chơi *'bools'* (tên các dân chơi gọi trò chơi banh sắt, pétanque) trong hẻm, một trò chơi thuộc địa do người Pháp mang vào Việt Nam. Bây giờ không còn người Pháp ở đây nữa nhưng mấy người lính Miên, lính Việt vẫn tiếp tục rủ nhau ra hẻm chơi *bools*. Chơi ăn tiền, chứ không phải cầu vui. Kẻ thắng thường hí hửng mua bánh của chị ăn và đãi bạn bè.

Cảnh nhộn nhịp quanh đầu hẻm kéo dài tới chiều, và tới tối. Người đi bộ bên đường, khi đi gần tới cột đèn đường ở đầu hẻm đã có thể ngửi được mùi mực nướng. Đến gần hơn còn thấy, trên mấy hộp thiếc đựng đầy than hồng, mấy trái chuối nướng, dù đã bị ép dẹp vẫn thấy no tròn, và mấy trái bắp nướng vàng rượm nằm phơi trên vỉ sắt, kế bên tô mỡ hành mời mọc.

Trưa nay lúc vắng khách, chị Hai nhìn thấy ông hàng xóm quen thuộc đi ngang qua hẻm, chị gọi bà Sáu,

- Bà Sáu biết ổng chạy áp-phe cho Mỹ hông.

- Ờ tao nghe người ta nói vậy thì biết vậy, chứ cũng hổng biết ổng làm việc gì.

Chị Hai tỏ ra hiểu biết,

- Tui nghe nói ổng biết nhiều mối làm ăn với người Mỹ, kiếm ra tiền dử lắm.

- Mầy nói tao mới nhớ. Tao nghe có người thầu dọn dẹp với hốt rác cho sở Mỹ mà cũng kiếm được bộn tiền.

- Bữa nào mình kêu ổng kiếm cho mình mấy chuyện làm ngon ơ vậy. Mình khỏi phải thức khuya dậy sớm làm xôi làm bánh mà kiếm hổng được bao nhiêu.

- Mình có biết tiếng người ta đâu mà đi làm cho người ta mậy.

- Bà coi, như con Lành trong xóm mình kìa, nó có biết tiếng tây tiếng u gì đâu mà cũng đi ở cho Mỹ được đó.

- Ờ, bữa trước tao nghe con Lành nói tụi Mỹ kẹo lắm mầy ơi. Dễ dầu gì ăn tiền nó được.

- Họ kẹo sao vậy bà?

- Nó nói mấy ông Mỹ ăn xoài không có ăn nguyên trái. Họ chỉ cắt ra một miếng ăn, rồi để dành nửa trái trong tủ lạnh chờ ngày mơi ăn tiếp. Hà tiện gì mà hà tiện dữ vậy hổng biết.

- Thôi đi bà ơi, người ta đô la cả đống, đốt bà với tui cũng hổng hết. Ở đó mà hà tiện.

Thím Bảy khách hàng quen thuộc đang ngồi ăn bánh ít trần, nghe nói xen vào,

- Con Hai nói đúng đó bà Sáu ơi. Tụi Mỹ giàu có lắm, coi tiền như giấy lộn vậy.

Bà Sáu nhướng mắt ngạc nhiên,

- Vậy hén?

Thím Bảy để dĩa xuống nói,

- Tết năm ngoái tui có con cháu đi bán hàng trước chợ Sài Gòn. Nó nói Mỹ xài sang lắm.

- Vậy nữa sao.

Thím Bảy gật đầu lia lịa, nhướng to mắt nhìn bà Sáu nói,

- Mà chị biết hông, tụi nó mua đồ hổng có trả giá. Với lại, đồ gì để trong bịch, tụi nó mua nguyên bịch chứ hổng có mua lẻ tẻ một hai cái.

Bà Sáu giương mắt ngạc nhiên, chờ đợi. Thím Bảy cầm dĩa bánh ít trần lên, lua từng miếng nhưn đậu còn sót lại vào miệng, ngửa mặt húp hết miếng nước mắm tỏi ớt chua chua ngọt ngọt, trước khi hít hà nói tiếp,

- Chèng ơi, nhằm khăn mù-soa mà tụi nó mua mỗi lần cả lố không hè bà ơi. Mua xong nó xé bịt ra liền tại chỗ, lấy hai ba cái khăn ra lau mồ hôi. Lau rồi là nó vụt vô thùng rác hết. Con nhỏ cháu tui thấy vậy tiếc hùi hụi.

'*Ai mà không tiếc cho được,*' bà Sáu vừa nói vừa với tay lấy dĩa để vô sô nước rửa. Thím Bảy đứng dậy xách giỏ đi chợ chiều. Chị Hai bán xôi vò cầm miếng lá chuối trên tay, lấy xôi cho con Tốt gánh nước mướn đem về cho em nó đang chờ ở nhà. Ai bận chuyện nấy, mỗi người một việc, riêng chị Mẹo ngồi đếm tới đếm lui mấy đồng bạc rồi cẩn thận nhét trong túi áo cánh, lấy kim tây gài lại. Chị ráng chắt góp tiền mỗi ngày, chờ tới khi đủ tiền đi vá môi cho con.

Chị Mẹo bị tắt tiếng từ năm 10 tuổi, vì ăn dưa hấu, ba má chị nói vậy. Trước Tết vào cái năm định mệnh đó chị đã vượt qua được một cơn cảm nặng, chỉ có giọng nói là còn '*khào khào*', họ thường kể lại. Nhưng sau khi ăn mấy miếng dưa hấu Tết, thì tiếng nói của chị bỗng dưng tắt hẳn. Từ đó những nỗi bất hạnh cứ bám theo chị.

Vài năm sau ba má chị lần lượt qua đời. Chị phải đi làm giúp việc cho một gia đình người Pháp. Sau ngày Hiệp Ước Đình Chiến ký kết, chấm dứt chế độ thực dân Pháp tại Đông Dương, người vợ cùng hai đứa con rời Việt Nam để về Pháp trước. Người chồng ở lại thêm một tháng thực hiện các công tác bàn giao trong chánh quyền. Rồi, một đêm, hắn đã trút hết mọi căm phẫn vì nỗi nhục bại trận lên người chị Mẹo.

Khi thằng Tươi chào đời, chị Mẹo đau đớn nhìn thấy môi con không được lành lặn như những đứa trẻ khác. Môi nó bị xẻ hai tại nhân trung. Người Pháp ra đi để lại cho chị Mẹo một đứa con sứt môi và cho người Việt một đất nước chia đôi, lòng người phân tán. Tại miền Nam sau khi chánh quyền quét sạch các phiến quân tàn dư thời thuộc địa, ổn định tình hình, ánh sáng thanh bình dần dần ló dạng sau cơn giông tố tưởng chừng vô tận. Tuy nhiên, không lâu sau các đám mây đen lại kéo đến.

#

Đầu năm 1962, Minh đang học lớp Đệ Ngũ trường trung học Pétrus Ký, một trường công lập nổi tiếng ở Sài Gòn và có nhiều thành tích chống Pháp. Vào một buổi sáng sớm tháng Hai, Minh và các bạn học đang đứng lóng ngóng trước cổng trường chờ giờ mở cổng. Chợt nghe tiếng bom nổ và cả tiếng súng máy nổi lên xa xa. Mấy đứa lanh mắt chỉ tay lên bầu trời hướng phía trước trường kêu lên, '*Máy bay dội bom kìa.*' Minh nhìn lên thấy hai chiếc máy bay, lượn bên này, đảo bên kia, khi ẩn khi hiện sau mấy cụm mây. Một đứa đoán,

- Chắc dội bom Nhà Bè.

Đứa khác nói,

- Chắc đụng độ ở Rừng Sát.

Sau khi cổng mở, học sinh tuần tự tiến vào sân trường, ngoan ngoãn xếp hàng vô lớp học như thường ngày, nào ngờ đã chứng kiến một cuộc dội bom vào trung tâm quyền lực của Miền Nam, Dinh Tổng Thống, cách trường không quá ba cây số. Biến cố xảy ra chỉ hơn một năm sau ngày đảo chánh hụt của một số quân nhân khác. Thêm một dấu hiệu bất ổn báo trước những ngày tháng biến động sắp tới.

Tình hình chánh trị có thể bấp bênh, nhưng bánh xe kinh tế không ngừng lăn, lôi cuốn nhiều cá nhân vào dòng chảy cơ hội với những viễn ảnh đổi đời khó bỏ qua. Ba Đơ, em của Hai On, là một trường hợp khó quên. Hắn nguyên là con của một điền chủ giàu có ở Cái Bè, được gia đình gởi lên Sài Gòn ăn học. Ba Đơ học ở trường thì ít mà học ở đời thì nhiều, nên ở tuổi ba mươi lăm hắn đã là người chạy áp-phe có tiếng ở thủ đô.

Ba Đơ đi đến đâu thấy trắng toát tới đó. Từ chiếc xe Simca màu trắng, mui trần, hắn mở cửa bước ra trong bộ y phục quần vợt, áo polo trắng tấn trong quần soọc trắng, trên đôi giày bata trắng, ở phía dưới cặp vớ trắng kéo lên gần tới gối. Có lẽ vì hắn lùn. Chỉ có nước da ngâm đen phản bội màu trắng sang cả mà hắn cố tình phô trương. Bàn tay trái dầy thịt nứt da của hắn khoe chiếc nhẫn hột soàn Xiêm bự đến độ tưởng chừng *liệng con chó cũng chết* tiệt. Gặp ở đâu cũng thấy hắn nắm chặt trong tay cuộn tạp chí khỏa thân, Playboy, số mới nhứt.

Nếu 'Miếng trầu là đầu câu chuyện', thì trầu cau mà ba Đơ mang ra đãi khách là những bức hình lõa lồ mới nhứt đăng trên tờ nguyệt san phổ biến giành cho nam giới của Mỹ. Và, câu chuyện mà ông nói là bất cứ chuyện gì khổ chủ tìm đến ông muốn nghe. Hắn quen nhiều ông bà tay to mặt lớn, hắn biết hết mọi ngõ ngách để tìm đường luồn lách, đi tắt về ngang, giải quyết hết mọi vấn nạn cho các thân chủ. Những lời hắn nói khiến người nghe yên lòng vững dạ, rối rít lập đi lập lại câu cám ơn như cầu khẩn mà hắn thường nghe, '*Trăm việc nhờ thầy*'. Sau khi từ giả hắn, họ ra về mang theo tâm trạng nhẹ nhõm của một người vừa trút được gánh nặng ngàn cân khỏi hai bờ vai nhỏ bé.

Chiến tranh càng leo thang, thân chủ của ba Đơ càng đông. Độ rày nhiều người tìm đến nhờ hắn xin cho con em họ '*một tờ giấy hoãn dịch*', để trốn lính. Quân đội cần quân, phải '*bắt lính*' là chuyện thường tình. Tuy nhiên thanh niên nhập ngũ thì có nhiều lý do, vì lý tưởng hay vì hoàn cảnh đều có, ngoài ra còn vì say mê hình ảnh oai hùng của người lính chiến nữa. Bằng chứng là anh em thằng Thọ bạn cùng trường và cùng xóm của Minh. Từ sau ngày anh Hai của Thọ nhập ngũ ở trường Võ Bị Đà Lạt, nó không ngại thố lộ cùng bạn bè ước mơ thi đậu Tú Tài 2 để nối gót anh nó.

Hình ảnh người lính chiến mà anh em Thọ bắt gặp lần đầu và hết lòng cảm kích từ đó là hình ảnh mấy anh *lính nhảy dù mũ đỏ* truy kích phiến quân Bình Xuyên trong khu vực gần nhà nó. Trước khi đụng độ, anh em Thọ đã núp trong nhà quan sát ở đầu hẻm sát bên vách nhà nó một anh lính nằm dài trên mặt đường thủ cây '*mitraillette*' (súng máy), nó nói, trong tư thế sẵn sàng đón địch từ trong hẻm chạy ra.

May cho cả xóm, sau một đêm giao tranh kịch liệt gần bờ sông, địch phải vượt qua bên kia sông tháo chạy, rút về sào huyệt ở Rừng Sát. Sáng sớm hôm sau các chiến sĩ nhảy dù chiến thắng trở về, tập họp trên con đường trước nhà Thọ. Dân chúng vui mừng đổ ra đường chào đón các người hùng. Ba Thọ hái dừa xuống đãi mấy anh. Hàng xóm có gì đãi nấy, người mận, kẻ ổi mang ra từng rổ đãi các anh lính.

Thọ càng hâm mộ và thán phục tinh thần kỷ luật của các anh, vì lúc đầu các anh đã từ chối không dám nhận quà. Phải chờ tới khi vị sĩ quan chỉ huy, một trung úy trẻ trung, oai phong, xuất hiện, cám ơn đồng bào xong, các anh mới tiếp xúc trò chuyện với bà con trong xóm, và vui vẻ đón nhận các thứ trái cây giải khát.

Không phải thanh niên nào lớn lên trong thời chiến cũng được như anh em Thọ. Không thiếu người muốn 'trốn lính'. Nhờ vậy mới có việc cho ba Đơ làm. Tùy theo túi bạc của khổ chủ, thường là cha mẹ các thanh niên muốn trốn quân dịch, mà ba Đơ đưa ra một cách giải quyết vấn đề cho họ. Binh thư Tôn Tử nghe nói có 36 kế, nhưng ba Đơ luôn tìm ra được kế thứ 37, 38 và nhiều phép lạ khác. Nói tới hoãn dịch, thì hắn biết một cái chùa để con trai các thân chủ hắn có thể đến đó tu, và hắn sẽ 'chạy' giấy tờ miễn dịch vì lý do tôn giáo.

Ba Đơ cũng có thể 'chạy' giấy miễn dịch vì lý do gia cảnh, như là con một trong gia đình mẹ góa con côi, dù cha mẹ của người thanh niên vẫn còn đầy đủ, và dĩ nhiên lại làm ăn khá giả, mới có đủ tiền chi cho hắn. Đối để, hắn 'chạy' cho tờ giấy chứng nhận con trai họ thuộc thành phần 'hồi chánh', những người từng ở bên kia chiến tuyến nay quay đầu quy thuận chánh quyền qua ngã 'chiêu hồi'. Chơi kiểu này nguy hiểm. may được miễn dịch, rủi ngồi tù như chơi.

Mặc dầu lóng rày ba Đơ khá bận rộn 'chạy' giấy miễn dịch, nhưng không thiếu các mối làm ăn khác. Trưa nay hắn nhận được cú điện thoại từ thân chủ sộp muốn kiếm mối thầu cung cấp các dịch vụ dân sự phục vụ một trại lính Mỹ đang xây cất ở ngoại ô. Ba Đơ men ra đầu hẻm nơi hắn đậu xe vào ban ngày vì hắn ghét phải 'de' xe vô ra cái sân nhà hẹp té của hắn. Đậu xe ngoài đường thì sợ bị con nít trong xóm phá, nên ba Đơ thường trả tiền cho 'thằng sứt môi' con của 'bà câm' bán bánh còng cả ngày bên lề đường để nhờ nó coi chừng xe. Hai mẹ con chị Mẹo và thằng Tươi sống trong hẻm phía sau nhà ba Đơ, nhưng hắn không biết tên của hai người, và cũng chưa bao giờ muốn biết. Khi đi ngang qua chỗ thằng Tươi đang ngồi phụ mẹ nó, ba Đơ không nói không rằng chìa tờ giấy một đồng xuống cho nó, rồi tiến thẳng tới xe của hắn, mở máy xuất hành, bỏ lại phía sau một đám khói bụi.

Thân chủ của ba Đơ, một người đàn ông trung niên, tóc xức dầu *Brillantine* láng cóng, ép sát vào đầu, chảy ngược từ trước ra sau, đang mặc áo đầy hình chim cò ngồi chờ hắn ở quán tiết canh đối diện rạp hát Nguyễn Văn Hảo. Ba Đơ vừa đậu xe bên đường đã hối hả chạy tới niềm nở tay bắt mặt mừng như gặp lại một người bạn thân thiết lâu ngày không gặp. Ba Đơ cúi rạp người dang hai tay bắt tay khách,

- Anh Hai vẫn khỏe, làm ăn phát tài chứ.

Anh Hai cười hề hề,

- Phát tài hay không còn chờ em đây.

Ba Đơ chối bai bải,

- Không dám, không dám.

Vừa nói ba Đơ vừa nhìn quanh, ra vẻ có bí mật muốn bật mí nhưng không thể để người ngoài biết được. Rồi như vô tình Ba Đơ để lộ ra một vật bằng kim khí lấp lánh màu bạc trong tay. Anh Hai nhận ra ngay đó là một khẩu súng nhỏ, mà anh từng thấy các điệp viên nữ trên màn ảnh xử dụng. Anh Hai sợ toát mồ hôi, ngó tới ngó lui coi có ai khác thấy không. Anh giục,

- Cất vô đi.

Anh Hai là người làm ăn, thích kiếm tiền, không muốn chuốc họa. Ba Đơ ưỡn người nhét 'súng' vào túi quần. Anh Hai hỏi nhỏ,

- CIA hả?

Ý anh Hai là có phải ba Đơ làm việc cho tình báo Mỹ, CIA, nên được ban súng đó không. Ba Đơ biết cá đã cắn câu, giả bộ mím môi giữ bí mật, giáo dác dòm trước ngó sau, rồi nhìn qua hướng rạp hát đánh trống lảng,

- Không biết bữa nay rạp hát tuồng gì ta.

Anh Hai gọi dĩa tiết canh, nhiều lòng, và hai chai la-de, trước khi vô đề.

- Tôi nghe anh em trong quận gần nhà cho biết Mỹ định lấp ao rao muống của người Bắc di cư hồi đó, để cất kho quân nhu hay gì đó.

- Em biết rồi.

- Vậy hay quá. Em coi có mối thầu nào ngon nói anh biết.

- Được rồi anh để đó em lo.

- Vậy hay quá, có em lo là anh tin tưởng.

Ba Đơ do dự như có điều khó nói,

- Vụ này cần '*địa*' à nha.

Vụ nào mà hắn không cần tiền. Hắn có bao giờ làm việc không công cho ai đâu. Nhưng anh Hai hiểu ý hắn,

- Chuyện đó không thành vấn đề. Làm ăn phải có xã giao với người ta chứ. Em cần trước bao nhiêu nói anh biết...

- Em nói vậy để anh chuẩn bị thôi, chứ bữa nào cũng được.

- Vậy cũng được, chừng nào em cần cứ đến hảng của anh. Lúc nào anh cũng có ở đó.

Chia tay anh Hai, ba Đơ lên xe, nhìn quanh trước khi lấy hộp quẹt bật lửa hút thuốc. Nếu anh Hai nhìn thấy chắc ngạc nhiên lắm, vì '*cây súng điệp viên*' trong mắt anh Hai thật ra là cái bật lửa ba Đơ năn nỉ gãy lưỡi mua lại từ một người bạn hai bữa trước. Rít vài hơi thuốc cho tỉnh rượu, ba Đơ lái xe thẳng tới *sân Xẹt* (Cercle Sportif).

Câu lạc bộ thể thao *Xẹt*, có mấy sân quần vợt, ngày xưa dành riêng cho mấy ông Tây bà Đầm, thời nay là sân chơi của các chủ nhân ông mới, trong đó có thành phần *'Nouveau Rich'*, (lớp nhà giàu mới) một thuật ngữ Pháp mà báo chí Mỹ mượn để thể hiện cho rõ nét đặc thù của một thời đại mà đồng đô la đỏ, đô la xanh của Mỹ ngự trị khắp mọi nẻo đường. Ba Đơ đến để gặp *contact* (đối tác) của hắn, những người mà hắn nghĩ có *'đường dây'* thẳng tới *'mặt trời'*. Thật ra, họ chỉ là thân cận của những người thân cận kế bên *mặt trời*. Họ cũng có thể là bà con xa gần của các nội tướng của một kẻ hô mưa gọi gió ẩn danh.

Ba Đơ đi thẳng tới cái bàn giải khát ở cuối hành lang, núp dưới bóng cây điệp. Như mọi hôm *'đối tác'* của ba Đơ mặc sơ-mi trắng, mang kính râm ngồi đọc báo. Dù đã làm việc với ông ba năm nay, sau khi được một đối tác khác giới thiệu, ba Đơ vẫn chưa biết nhà cửa ông ở đâu, và ngay cả số điện thoại của ông ba Đơ cũng không có. Họ chỉ gặp ở đây ít phút rồi kéo nhau đến một quán nhậu hay một quán ăn trong hay ngoài thành phố, xa hay gần tùy theo mối làm ăn lớn hay nhỏ. Chuyến này ba Đơ nghĩ hắn cần hậu đãi đối tác chu toàn hơn, nên đề nghị,

- Bữa nay anh Tư không chê, cho em út mời anh ra bar Bình Điền ăn tôm hùm nướng.

Bình Điền nằm trên đường xuống miền Tây, cách Sài Gòn khoảng 20 cây số, có một quán nhậu nổi tiếng, trong căn nhà sàn xây trên cánh đồng giữa ruộng lúa. Trên cái sàn bằng ván phía trước quán có kê mấy bàn ăn ngoài trời. Ban đêm thực khách có thể vừa ăn vừa hưởng thú trăng thanh gió mát. Tuy nhiên, khách có thể không ngắm được sao trên trời vì hoa mắt trước ánh sáng xanh đỏ của các bóng đèn màu lủng lẳng trên những sợi dây điện chằng chịt bên trên. Người ham vui thì cám ơn chủ quán có máy phát điện riêng, đem ánh sáng văn minh tới chốn đồng nội.

Lâu ngày chưa ra khỏi thành phố, lại nghe nhắc tới tôm hùm nướng, anh Tư thấy hơi xìu lòng, nhưng nghĩ lại tình hình bất ổn mấy lúc gần đây, anh e ngại nếu nhậu quá quên đường về mà bị kẹt ở ngoại ô vào ban đêm thì không hay, nên anh nói khéo,

- Muốn ăn tôm cần gì ra tới ngoải. Sài Gòn thiếu gì chỗ.

Ba Đơ hiểu lầm, tưởng anh Hai chê tôm, nhanh nhẩu đề nghị,

- Vậy mình làm một bữa bê thui nha đại ca. Cuốn bánh tráng chấm mắm nêm là hết sảy.

Anh Hai lơ đễnh nhìn bên ngoài thấy trời đã chạng vạng, bèn đề nghị,

- Nhắc tới bê, thôi mình vô Pagolac trong Chợ lớn làm một bữa thịt bò bảy món cho xong.

Ba Đơ thấy quán đó xoàng quá, e không tương xứng với áp-phe bạc triệu mà hắn đang chạy, nên đề nghị,

- Đại ca muốn đi chơi xa, mình lên Biên Hòa ăn đầu cá hấp nha.

Anh Hai ngẫm nghĩ thấy không có gì bất lợi. Quán ăn mà ba Đơ muốn tới ở Biên Hòa, ít ra nằm trong thành phố, an ninh hơn. Hai người lên xe ba Đơ đến quán. Sau vài tuần rượu, sau hai cái đầu cá hấp, anh em đi bộ dạo quanh quán ăn, bên bờ sông, bên bờ ao, dưới hàng dừa, và trong bóng tối họ bắt tay, thỏa thuận làm môi giới bôi trơn cho một dịch vụ hái ra không ít tiền cho mọi bên.

Ngày 1 tháng 11 năm 1963, sau ba ngày sinh viên, học sinh tham gia các phong trào phản kháng trong quần chúng, bãi khóa phản đối chánh quyền, quân đội đã ra tay đảo chánh, lật đổ chánh phủ. Báo chí Mỹ chạy hàng *tít* lớn 'Coup d'etat' ở Sài Gòn, một thuật ngữ Pháp, nhưng báo chí Mỹ thường sử dụng, ám chỉ một cuộc lật đổ chánh quyền bằng bạo lực, do quân đội trực tiếp hay gián tiếp thực hiện. Phía quân đội để bảo vệ tính chính danh gọi đó là một cuộc cách mạng.

Buổi sáng sau ngày cách mạng, ở một vài trường học, học sinh vẫn còn say men 'xuống đường', tụ tập trước các sân trường, không chịu vô lớp. Trong sân trước của trường Pétrus Ký, các học sinh vây quanh chiếc xe thiết giáp của quân đội chốt ở đó từ ngày hôm trước, trò chuyện với anh em quân nhân, mặc tình cho ông Tổng Giám thị bắt loa kêu gọi vào lớp. Mọi sự chỉ thay đổi khi có lời kêu gọi của vị Trung úy chỉ huy. Ông cầm loa leo lên đứng trên xe *tăng*, dõng dạc hỏi anh em học sinh:

- Các em có yêu cách mạng không?

Bên dưới học trò hổ hởi đáp,

- Có!

- Các em có yêu quân đội không?

- Có!

- Vậy các em có nghe quân đội không?

Tiếng trả lời '*Có*' lần này yếu xìu, vì dù mang tiếng nhứt quỷ nhì ma thứ ba học trò, nhưng biết đã há miệng mắc quai. Vị Trung úy tiếp tục vỗ ngọt,

- Vậy các em hãy vào lớp học, vãn hồi trật tự, để anh em quân nhân có thể trở về đơn vị. Các anh em đã vất vả suốt hai ngày rồi.

Chỉ cần vậy đủ để đám '*quỷ ma*' lục tục kéo vào lớp học. Trong lớp của Minh, thầy Việt văn gật gù giải thích cho học trò biết đã trúng '*tam đoạn luận*' của vị sĩ quan thiết giáp như thế nào. Minh nhìn thầy không khỏi thắc mắc trong lòng thầy lúc này ra sao. Thầy là một trong vài vị thầy lớn tuổi, người xứ Quảng, từng hết mực tôn sùng vị Tổng thống giờ đây đã không còn nữa. Thầy từng làm thơ vinh danh Tổng thống và đọc đi đọc lại cho học trò nghe:

Người chí sĩ ra đi từ dạo ấy,
Nước non còn bừng lửa binh đao...

để nhắc lại giai đoạn '*Người*' từ quan triều đình nhà Nguyễn dưới thời Pháp thuộc, bôn ba hải ngoại tìm đường cứu nước.

Minh cũng không khỏi chạnh lòng nhớ lại vẽ hãnh diện của thầy mỗi khi thầy nhắc lại lần gặp gỡ Tổng thống trong một chuyến đi kinh lý của vị nguyên thủ quốc gia. Thầy trịnh trọng kể lại những giây phút danh dự trong đời, chỉ tay vào hai chiếc ghế học trò ở vị trí gần cạnh nhau mà nói: '*Tổng thống ngồi đây, tao ngồi đây*'.

Mấy lúc sau này thầy thường đến lớp ngà ngà hơi men, dàu dàu, ít nói ít cười, ngoài việc giảng bài theo bổn phận. Vẽ bất đắc chí của thầy khiến Minh nhớ tới hai câu thơ yếm thế của Nguyễn Khuyến mà thầy từng giảng:

Lúc hứng uống thêm dăm chén rượu
Khi buồn ngâm láo một vần thơ.

Âu cũng là một bài học thế sự đầu đời cho đám học trò của thầy về cái bèo bọt của hư danh, và thế nào là lòng người trong chính trường. Ngoài miệng tung hô vạn tuế, trong lòng toan tính rút ghế bệ rồng lúc nào không hay.

Khác nào tiếng than của Nguyễn Công Trứ trong 'Vịnh
sự đời',

> *Những nghĩ xa gần khéo gớm thay*
> *Sự đời tráo trở giống bàn tay.*

Ảnh: Nguyễn Hữu Thời

Chương 3: Lúc phân kỳ

'Đoạn trường thay lúc phân kỳ'

(Truyện Kiều, Nguyễn Du)

Ba năm qua Minh không có dịp gặp Thành. Trước khi anh Công nhập ngũ, khóa 13 trường Sĩ quan Trừ bị Thủ Đức, năm 1962, anh thường đến thăm gia đình Minh. Nhờ đó Minh biết được sau khi học xong bậc tiểu học ở Kinh Nước Mặn, Thành đã lên tỉnh sống một mình, ở trọ tại nhà một người dì, để học tiếp bậc trung học tại trường Trung học Cần Đước. Gần hai năm nay Minh không biết thêm tin tức gì về Thành.

Chiều Chủ Nhựt, theo thói quen mấy tháng nay, khoảng 3 giờ Minh ra sau vườn tập tạ. Thật ra không phải là một thói quen tự giác, mà do ba Minh ép, *'Tướng tá con như con còng gió, mai mốt đi lính làm sao vác súng nổi.'* Lúc trước, khi còn tập tạ chung với anh Hòa, một người bạn thân ở gần nhà, thì Minh tập đều đặn hơn, mỗi tuần ba lần, luân phiên nhau, tuần này vào các ngày thứ Hai-Tư-Sáu, tuần sau thứ Ba-Năm-Bảy. Anh Hòa có một bộ tạ rất chuyên nghiệp do người anh lớn du học bên Pháp gởi về. Sân tập là một sàn xi măng rộng nằm giữa ngôi biệt thự ở phía trước và hai cái chái ở phía sau. Một chái là nhà bếp, chái kia đựng dụng cụ làm vườn và cũng là nơi chứa thiết bị thể thao của anh Hòa. Trước mỗi buổi tập hai anh em khiêng băng ghế cử tạ và bộ đồ nghề tập tạ ra dàn dựng trên sân. Một tiếng đồng hồ sau, tập xong lại khiêng vào cất trong kho. Minh thích nhứt là những lúc thư giản, sau mỗi lần cử tạ, anh Hòa dẫn Minh dạo quanh vườn cây trái xung quanh nhà, kiếm ... thứ để ăn. Mía thì cả bụi ở góc tường rào, mặc sức đốn vô, róc mà ăn. Mận, hai cây đầy trái, muốn hái bao nhiêu hái. Xoài tượng, một cây sum suê cành lá, bóng rợp một gốc vườn, trái treo lủng lẳng, tha hồ hái xuống, gọt ra từng lát mỏng, chấm mắm đường ăn. Mãng cầu ta, trái to gần bằng trái bưởi, cũng có một cây, nhưng chỉ để ngắm hay kề mũi ngửi cho đỡ ghiền, chứ không được rớ tới. Để dành cúng.

Thiên đàng là đây, trong mắt Minh. Giở lên giở xuống mấy cái bánh sắt một hồi đã thấy lên gân, tưởng chừng ta đây có thể một tay chống trời, trong lòng phơi phới bước vào vườn địa đàng tận hưởng những tinh hoa tích tụ của đất trời. Tiếc thay thực tế phủ phàng có thể lẻn đến lúc nào không hay. Sau buổi tập, Minh đạp xe lách ra khỏi hai cánh cổng sắt mở hờ trước sân nhà anh Hòa, thì địa ngục trần gian đã ập xuống. Mảng tường vàng sừng sững của sở thuế của Pháp án ngữ bên kia đường, bao trùm những bí mật bên trong làm Minh ớn lạnh mỗi khi nghĩ tới.

Dãy lầu 2 tầng bên bờ sông do chánh quyền thuộc địa Pháp xây làm cơ sở thu thuế. Các ghe xuồng chở ngũ cốc, gia súc, cây trái của nông dân từ miền đồng bằng sông Cửu Long lên đều bị chặn lại thu thuế trước khi cho tiến vào thành phố phân phối cho các vựa ở khắp Sài Gòn, Chợ Lớn. Dĩ nhiên từ ngày Pháp rời Việt Nam mười năm trước, thì không có mặt ở đó để vắt mồ hôi nước mắt của người nông dân nữa. Nhưng chủ nhân mới của ngôi nhà là ai và đó là một cơ sở gì, có thuộc chánh quyền hay không, thì không ai biết chắc. Có người cho đó là một cơ sở mới của công an. Ngày trước lực lượng công an và cảnh sát ở mỗi quận tập trung tại các 'bót' dưới quyền chỉ huy của một ông Cò Tây. Sau mấy năm dành độc lập, lực lượng công an ngày càng đông hơn, để đối phó với các đảng phái đối lập cùng những người đối kháng chống chánh quyền, nên cần mở thêm cơ sở mới.

Tuy nhiên có người lại cho đó là trụ sở '*Mật vụ*'. Mật vụ là gì? Chuyện mật, quốc gia đại sự, thì Minh làm sao biết được, nhưng nó loáng thoáng hiểu đó là những người làm việc bí mật cho chánh quyền, hay một cơ quan làm việc trong bóng tối để kiểm soát an ninh cho chế độ. Người tỏ ra hiểu biết thì cho đó là một con bạch tuộc có nhiều vòi, len lỏi vào mọi ngõ ngách xã hội. Hang cùng ngõ hẻm nào dường như cũng có bóng dáng nó. Sau ngày đảo chánh 1963, bạn học trong lớp Minh xầm xì với nhau là không còn thấy *'hai thằng già đầu'* ngồi ở cuối lớp nữa, ám chỉ hai anh học trò mới, trông lớn tuổi hơn các bạn cùng lớp nhiều. Mấy năm trước học ở lớp dưới không thấy họ, đột nhiên một năm thấy họ xuất hiện, ngồi ở bàn cuối trong lớp. Họ ra đi cũng bất ngờ như lúc họ đến. *'Tụi nó là Mật vụ'*, bạn bè Minh nói. Thậm chí có một ông thầy thường mang kính râm đến trường, học trò cũng xầm xì, *'Ổng là Mật vụ đó'*.

Dù bức tường vàng của sở thuế ngày nào giờ đây che dấu *'công an'* hay *'mật vụ'* ở phía sau cũng không có gì khác nhau. Người đi bộ, mỗi khi đi ngang qua đây, đều đổi sang lề bên kia, cúi đầu dấu mặt, hối hả bước, như kẻ gian muốn trốn ánh mắt dòm ngó của người khác, cho tới khi đi xa rồi mới nhớ mà bắt lại hơi thở. Người đi xe đạp như Minh thì tập trung nhìn chằm chằm phía trước, không dám đạp xe nhanh quá mà cũng không chậm quá, để khỏi gây chú ý, cứ gồng mình đạp đều đặn cho tới khi vượt qua khỏi mấy bức tường quét vôi vàng.

Mấy tháng sau anh Hòa nhập ngũ. Ba Minh tự làm tạ cho mình tập ở nhà. Cái tạ tập thể dục của Minh làm từ một cây đòn xóc. Cây đòn xóc có công dụng gần giống như cây đòn gánh. Khác ở chỗ là đòn gánh thì dẹp và dẻo dai, còn đòn xóc thì tròn và cứng nhắc, hai đầu có khi được vót nhọn để chĩa vào mấy bó lúa mà khiêng lên hay gánh đi. Từ cây đòn xóc làm thành cái tạ tập thể dục dễ ợt. Ba Minh lấy hai tĩn nước mắm không, đổ đầy cát trộn xi măng, lắp vào hai đầu của đòn xóc, là xong. Chỉ chờ vài ngày cho xi măng khô cứng là có thể giở đòn xóc lên xuống, coi như lực sĩ cử tạ khoảng 10 kí lô chứ không chơi.

Minh đang cử tạ ở sau nhà, nghe tiếng bà Hai, mẹ Minh, kêu giật ngược,

- Minh ơi, lên coi ai tới kiếm con nè.

Trong lòng Minh nghĩ ngay tới anh Hòa, nhưng qua giọng nói vui mừng đầy ngạc nhiên thích thú của mẹ Minh, Minh lại nghĩ chắc phải là một người nào khác, ít gặp thường xuyên hơn anh Hòa. Vừa vén màn bước vào nhà trước, Minh càng ngạc nhiên hơn khi nhìn thấy hai cô gái trong trang phục áo dài trắng nữ sinh. Họ gật đầu chào Minh. Minh đáp lễ nhưng không nhận ra họ là ai.

Mẹ Minh đứng khuất bên hông tủ bàn thờ, lần dở quyển an-bom (tập ảnh) để chỉ cho Thành xem vài hình ảnh xưa, vì bà quá ngạc nhiên trước sự thay đổi của Thành ngày hôm nay. Minh mừng rỡ đã bất ngờ gặp lại bạn, gọi lớn:

- Thành

Thành quay lại, Minh càng ngạc nhiên hơn nhìn thấy bạn đã cao hơn mình gần một cái đầu, lại đen đuổi dạn dày nắng mưa. Thành nhếch mép cười,

- Minh, lâu rồi mới gặp hả.

- Ờ, từ mùa hè năm lớp Nhứt tới nay.

- Thì cái lần mày về Kinh Nước Mặn bắt còng với tao đó.

Minh quay sang nhìn hai người bạn nữ, Thành biết ý, giới thiệu,

- Hồng và Thu, bạn học.

Bà Hai tế nhị tìm cách lánh mặt,

- Trời nóng nực, để bác ra đằng sau kêu tụi nhỏ hái dừa xuống cho mấy cháu uống.

Phần Minh, dù thường nhớ tới bạn, nhưng khi gặp Thành đột ngột như hôm nay, lại trước mặt hai cô gái lạ, nên lúng ta lúng túng không biết phải nói gì, làm gì. Thành đến vỗ vai Minh hỏi,

- Chùa lúc này cũng như xưa hả.

Minh ngạc nhiên sao Thành đột nhiên hỏi thăm về ngôi chùa đối diện. Nghĩ bụng chắc Thành nhớ kỷ niệm hai đứa thường qua chùa lượm lý, nên Minh nói,

- Cây lý cũng còn đó. Nhưng hình như ít trái hơn hồi đó.

Thành dửng dưng. Minh chợt nhớ,

- À, ông Tạ hồi đó mở cửa cho mình vô lượm lý mới mất năm ngoái.

Thành nhìn hai cô bạn, rồi nhìn Minh thờ ơ nói,

- Vậy hả.

Minh lúng túng không biết nói gì hơn, chợt thấy Hồng phe phẩy túi xách tay dùng làm quạt, nên ngỏ ý,

- Mình ra hàng ba ở phía trước ngồi cho có gió mát.

Thành nhanh nhẹn chỉ tay vào một bàn khách nhỏ gần vách nhà,

- Thôi mình ngồi đây được rồi.

Vừa ngồi xuống ghế, Minh để ý thấy Thành liếc nhìn đồng hồ trên tay, bèn lên tiếng

- Bộ phải đi đâu hả?

Hỏi xong, Minh chợt nghĩ có thể Thành sợ trễ chuyến xe đò về Cần Đước chiều nay, nơi mà theo Minh biết Thành đã ở trọ nhà người dì để tiếp tục học lên bậc trung học. Thành lắc đầu, đang ụm ở cố giải thích, Minh lại hỏi,

- Sợ trễ xe đò hả?

Thành thoáng giương mắt ngạc nhiên, sau đó nhanh nhảu đáp,

- Tao đi xe đạp tới đây mà. Xe đò gì.

Minh càng thắc mắc,

- Tao nghe nói mày học ở Cần Đước mà?

Thành nhìn Hồng và Thu, ngập ngừng hạ giọng,

- Tao mới dọn lên đây khóa học này.

- Mày học ở đâu?

- Trần Hưng Đạo.

- Trường trung học Trần Hưng Đạo?

- Ờ.

Trong lòng Minh tự hỏi sao Thành đã không đến thăm Minh và gia đình Minh từ cả tháng nay. Minh lại nghĩ,

- Rồi mầy sống ở đâu?

Thành miễn cưỡng trả lời,

- Ở nhà Bà Cô tao.

- Bà Cô nào sao tao không biết.

Thành lại nhìn Hồng và Thu, do dự nói,

- Chị em họ của ông ngoại tao hồi xưa ở dưới xứ.

Minh lại tò mò,

- Bà Cô ở đâu vậy?

- Ở Xóm Chiếu.

Minh càng hỏi càng lấy làm lạ. Bạn thân tưởng chừng như anh em ruột thịt, mà có nhiều điều về Thành Minh chưa hề biết. Bốn ly nước dừa đã được mang ra bày trên bàn, Minh mời Hồng và Thu. Thành chợt đề nghị,

- Uống xong mình qua chùa chơi.

Minh chưa kịp đáp, Thành xoay qua choàng vai Minh như ngày nào,

- Mày làm thổ địa dẫn đường cho tui tao nha.

Minh lấy làm lạ,

- Mày cũng biết hết ngõ ngách trong chùa, có thua gì tao đâu.

- Nhưng mấy năm rồi, không biết có ai còn nhớ tới tao không.

Minh nhìn hai cô bạn lặng lẽ ngồi kế bên, ánh mắt xa vời, thường lơ đễnh nhìn ra bên ngoài, không có vẻ hứng thú với chuyện viếng chùa lắm, Minh bắt chuyện,

- Hai chị cũng học chung trường với Thành.

Hai cô khẽ gật đầu. Minh tò mò,

- Hai chị ở đâu vậy.

Thành đặt vội ly nước dừa đang uống xuống bàn, đứng dậy hối,

- Thôi mình qua chùa đi, trước khi chùa đóng cửa.

Minh trố mắt nhìn Thành,

- Mầy quên sao, chùa tới 6 giờ mới đóng cửa mà.

Lúc đó hai cô bạn cũng đã đứng lên với Thành. Minh thấy vậy vui vẻ bước ra ngoài làm hướng dẫn viên.

Vừa bước qua khỏi cổng chùa, Minh đã chỉ tay vào cây lý che một nửa lối vào Trường Phật Học, huyên thiên kể lại cho Hồng và Thu nghe về cái cây 'huyền thoại' đầu đời của Thành và Minh. Hai cô lịch sự lắng nghe, rồi ngỏ ý muốn dạo quanh chùa. Minh không ngần ngại cất bước, nhưng nhìn lại không thấy Thành đâu. Rảo mắt tìm, Minh thấy Thành đang đứng trước cốc một vị sư trẻ tuổi trò chuyện cùng thầy. Minh thắc mắc, vì vị sư này mới xuất gia gần đây, làm sao Thành quen được. Thường các vị sư không tiếp người lạ tại cốc. Nghĩ bụng Thành đã quá quen thuộc với chùa, Minh tiếp tục đưa hai cô vào thăm chánh điện rồi vòng ra sân sau viếng '*Tượng khổ hạnh*', như người dân trong vùng thường gọi. Một lúc sau Thành tìm đến và cùng hai cô bạn gái cám ơn và từ giã Minh. Minh lửng thửng bước vào nhà, không ngờ buổi hội ngộ với Thành bất ngờ lại nhạt nhẽo như vậy. Minh vào kể lại cho bà Hai nghe, bà trách Minh sao không giữ mấy bạn lại ăn cơm chiều.

Trưa hôm sau, bà Hai cùng hai bà hàng xóm đang ngồi trên bộ ván bên hông nhà, chờ đủ tay đậu chếnh. Trong thời buổi bài trừ tứ đổ tường, dù bài bạc nhỏ trong nhà cho vui cũng có thể bị công an hạch sách. Ở nhà Minh thì khác. Gia đình Minh đã 3 đời sống gần bót, quen biết hầu hết các chức sắc trong quận, lại thêm ông nội Minh từng là một ông Huyện, nên mấy bà ghiền tứ sắc có thể yên tâm mà cầm quân, không phải lo công an tìm đến quấy nhiễu.

Chợt nghe tiếng chó sủa phía trước, bà Hai nhoài người ra khỏi mép ván, nhìn ra hướng cổng nhà, thấy một thanh niên mặc thường phục, mà bà nhận ra ngay là một anh công an mới. Bà lính qua lính quýnh kêu hai bà bạn,

- Dấu bài, dấu bài.

May mà bộ bài chưa khui, một bà nhanh trí đem hai hộp bài vô nhà bếp nhét vào giữa sóng chén. Té ra công an đến tìm Minh, chứ không phải để *'bắt bài'*. Anh công an chỉ hỏi Minh vài chi tiết thuộc chuyến đi viếng chùa với Thành và hai cô bạn gái ngày hôm trước.

Tối hôm đó, ba má Minh mất ngủ cả đêm, lo không biết chuyện công an dò hỏi có dính líu gì tới chánh trị mà Minh dấu gia đình không. Minh càng thắc mắc hơn, tại sao công an lại cất công điều tra một chuyến thăm chùa vô tội vạ của đám con nít. Qua ngày hôm sau thì câu trả lời đã rõ, ít ra là theo lời đồn đãi từ cửa miệng này qua cửa miệng khác. Thành và hai cô bạn gái bị tình nghi là hoạt động *'nằm vùng'* cho *'phía bên kia'*. Mục đích thăm chùa là tìm *'chỗ sinh hoạt'*. Từ cả tháng nay Thành ở trọ tại một ngôi nhà, nằm sâu trong hẻm, chỉ cách nhà Minh vài trăm thước. Buổi tối ngay sau chuyến đi viếng chùa của Thành, công an đã bố ráp tìm bắt Thành, nhưng *'nó biến mất tiêu'*. *'Nó được báo động trước'* nên không có trở lại nhà trọ đêm đó, có người nói. Lại có tin, *'nó nhảy xuống ao phía sau nhà lặn trốn'*, dùng *'cọng rau muống'* để thở. Kẻ nói dùng *'ống đu đủ'*.

Minh không biết thực hư chuyện *mất tích* của Thành thế nào, trong lòng bồn chồn lo âu, lo cho bạn bị công an bắt, bị tra tấn, hành hạ, như nỗi ám ảnh bởi những gì Minh tưởng tượng xảy ra sau bức tường vàng sở thuế của Tây ngày nào, và những hình ảnh của tù nhân chánh trị bị tàn phế do giam cầm, hay chịu nhục hình hôm nay. Đó là hình ảnh của những người tù lê lết trên nền đất sau khi được giải thoát từ những 'chuồng cọp', những hầm giữ thú dữ ở Sở Thú ngay giữa trung tâm Sài Gòn, hay những lồng sắt tương tự để giam tù nhân ngoài Côn đảo.

Đó là mặt trái của cuộc đổi đời đột biến. Một cuộc đổi đời tạo điều kiện trở mình, vươn lên, cho các thân chủ của tay chạy áp-phe ba Đơ. Họ được coi là những kẻ 'thức thời' biết lăn theo bánh xe thời đại. Rất tiếc, như một con dao hai lưỡi, bánh xe đó cũng có thể nghiền nát những kẻ vô phước làm hòn đá cản dường. Giữa thời buổi tranh tối tranh sáng, trắng đen không tỏ, đúng sai khó tường, chỉ có lương tâm và lịch sử là nhân chứng. Những nhân chứng mệt mỏi, rã rời qua bao thế hệ thù hận và bạo loạn.

Phán xét lịch sử chỉ có giá trị sau khi một trang sử đã khép lại. Những trang sử Việt từ buổi chia cắt sông Gianh vào thời Trịnh Nguyễn phân tranh đã chưa bao giờ được khép lại theo một nghi thức tống tiễn cần thiết để hàn gắn những vết thương trong lòng, những nỗi đau trên da thịt, để lịch sử có thể đích thực sang trang. Lời

kinh tiếng kệ tẩn liệm quá khứ chưa thốt lên, tương lai
đã vội vã bắt đầu.

Chương 4: Đôi dòng sông nước[1]

Từ thuở xa xưa, từ khi con người biết tìm đến hai bên bờ sông để sinh sống, rồi làng mạc và phố thị theo đó mọc lên, con người đã gắn bó mật thiết với sông. Sông bắt đầu là một đãi ngộ của thiên nhiên, ban cho con người từ ngụm nước mát để uống, gàu nước ngọt để tưới ruộng đồng, tới lớp phù sa mầu mỡ bồi đắp đất đai. Rồi theo dòng thời gian, sông đã đi vào lịch sử con người, vừa là một chứng nhân, vừa góp phần cùng con người viết lên quyển truyện dân gian, đầy những trang bi hài kịch, hào hùng có, tình nghĩa có, thi vị có, nhưng cuồng loạn như thác lũ cũng không thiếu. Sông nước Việt Nam không là một ngoại lệ. Một Bạch Đằng Giang trí dũng, một Hát Giang sĩ khí đã bồi đắp cho bao thế hệ những lớp phù sa nuôi dưỡng ý niềm tự chủ, ý chí quật cường và nghĩa khí hy sinh để bảo vệ một lối sống, một lẽ sống, và một nền văn hoá đã từ lâu là linh hồn của một dân tộc.

---

[1] Dựa theo trích đoạn một bài viết của tác giả đã đăng trên tạp chí Đi Tới, Montréal, Canada.

Tuy nhiên nếu sông có thể mang người ta lại gần với nhau, thì sông cũng có thể là nguyên nhân của ngăn cách. Những cách trở có thể chỉ có tánh lãng mạn như khi người yêu sang sông, hay có tánh tập quán, như những cạnh tranh mộc mạc truyền thống giữa hai làng ở hai bên bờ sông, nhưng cũng có thể nghiêm trọng đến độ chết người như lịch sử đã cho thấy. Dù gì thì trên hết sông vẫn là một đãi ngộ đặc thù của thiên nhiên. Ở những vùng được thiên nhiên ưu đãi, chứng cớ đó có thể thấy được ở mọi nơi, mọi lúc. Nó có thể ở trong những cái rổ đầy tôm cá, còn lách chách tiếng búng của mấy con tép bạc, mà bạn hàng đang đem ra chợ bán vớt cữ chợ chiều. Hay trong cái lờ mới giở sau cơn mưa, còn lạch chạch tiếng mấy con cá sặt nhảy tìm đường ra. Nó cũng có thể là một con cá trê đang kéo quần cần câu cắm giữa một đêm trăng sao. Hoặc một con cá lóc háo ăn, phóng ra khỏi mặt nước đớp miếng mồi câu rê giữa ban ngày. Người ta còn có thể thưởng thức được sự đãi ngộ của thiên nhiên qua một mâm cơm "thịnh soạn" của bà con dưới xứ đãi bà con trên thành. Từ con cá lóc nướng trui bằng lửa rơm, tới mấy con ốc bưu ở dưới ao mới bắt lên luộc, đem cuốn bánh tráng, chấm mắm ớt. Từ miếng thịt cá sặt ngọt sớt trong tô canh bầu, hay dòn rụm trong dĩa nước mắm tỏi ớt, tới khứa cá lóc làm dịu cái mặn của tô mắm kho để và với rau súng, hay vị béo nhẫn của mấy con cá kèo kho còn giữ nguyên mật, mà có và với bao nhiêu cơm trắng cũng không thấy đủ.

Sông không chỉ hậu đãi người, sông còn tốt với cỏ cây vạn vật. Sông ở hạ nguồn có thể dẫn vào một con rạch tới một cái đầm, là nơi giang sơn của côn trùng, chim chóc, cá tôm, và bao loài thủy thảo. Là những bờ lau sậy, với tiếng dế kêu trong sương khuya, tiếng ếch nhái sau cơn mưa, tiếng huýt sáo của con chim chích choè sau hè, hay tiếng kêu ríu rít inh ỏi của đám chim sẻ mỗi chiều về ngủ trên hàng cây tràm. Là thế giới của bông súng tím, tai bèo xanh, con nhái vàng ngồi chồm hổm. Là con chim thằng chài no bụng đứng trên đầu sào nghểnh mỏ ngắm trời. Người ta cũng có thể tìm thấy dưới ao, bên bóng cây dừa, một đám rong nhuyễn, hay một dề bèo cám xanh mơn mởn như mời mọc con cá thia thia đang thập thò, lấp ló dưới ổ bọt nước. Trên bờ mấy con chuồn chuồn con mảnh khảnh như sợi chỉ màu bay trong gió, thấy đó rồi mất đó. Hay một chú chuồn trâu to lớn vằn vện, dáo dác, bay đi bay lại, chẳng bì với mấy con rùa vàng e ấp trên lá rau nhúc, khoe lớp áo "kiếng" coi thiệt ngộ.

Ảnh: Nguyễn Hữu Thời

Dòng sông quê hương có thể hiền hoà e ấp bên hàng dừa nghiêng nghiêng, hay mơ mộng, thì thầm tâm sự thâu đêm cùng nhánh *"Bần gie con đóm lập loè"* (Hương Rừng Cà Mau của Sơn Nam), nhưng dưới đám lục bình, bên chiếc xuồng tam bản, phía sau một đồn Pháp, tử thần có thể đang chực chờ một tên lính Tây đang ngồi câu trên xuồng. Một cái nôm từ dưới lòng sông, rẽ đám lục bình, giơ lên cao, chụp vô đầu người, lôi xuống đáy nước. Dìm xuống, dìm xuống. Dòng sông im lìm. Một xác người đi vào lòng sông, theo bao nhiêu nạn nhân của

114

hắn. Dòng sông ưu tư. Ai xui hai bàn tay chàng trai làng nhuốm máu. Ở nhà, người cha già ngồi đăm chiêu bên mâm cơm chiều, dõi mắt ra sông chờ đợi con. Dòng sông lững lờ trôi. Những con người vô phúc của trần gian, dù là thủ phạm hay nạn nhân, tiếp tục đi vào lòng sông.

'Giặc bố ráp, kẻ chỉ điểm như tử thần trùm kín mặt đầu.
Bác bặt tin ngoài đảo tù, chú mất xác nơi vàm sông,
Nhà lấy ngày đi làm giỗ cúng.
Cha sống sót về, phế liệt cả thân tâm.
Ngoài đồng lộng, có người bị thọc giết,
Tiếng tru hãi tràn cuốn đuối như một nguồn lũ dứt nhanh.
Chiến tranh, mãi chiến tranh rời rã...
Cha gọi dăm lần, biết mất đám con trai.'

['Nhà xưa lửa cất ủ', thơ Tô Thuỳ Yên]

Trải qua bao nhiêu nước lớn nước ròng, từ thuở cô lái đò làm xiêu lòng bao chàng trai kháng chiến chống Pháp, đến thời cô lái đò gác mái chèo theo tiếng gọi kim tiền của đồng đô-la, hình ảnh người cha già ngồi chờ con trước mâm cơm chiều vẫn còn đó, tâm sự tuy có khác nhau, nhưng cảnh ngộ vẫn những nỗi nghiệt ngã muôn đời. *'Phải Trời cho tui gặp lại thằng Hai một lần, rồi có nhắm mắt tui cũng cam'*, một người cha tâm sự bên nhạo rượu để hằng ngày chuyện người con trai lớn của ông đã tập kết ra Bắc từ lâu. Mỗi thế hệ có những nỗi niềm riêng, nỗi đau của thế hệ sau chồng chất lên nỗi đau của thế hệ trước. Người cha trong trường hợp này còn có một "*thằng Tư*" mà ông rất hãnh diện, làm sĩ quan Quân lực Việt Nam Cộng Hoà. Nhưng ông lại chẳng trách "*thằng Út*" cứ mỗi tháng đi mua Paris Match và các tuần báo hay nguyệt san Anh Pháp khác, để *tiếp tế* cho một người chú theo Mặt trận Giải Phóng Miền Nam, đang ẩn náu tại một biệt thự xinh xinh, ngay giữa trung tâm thành phố. Còn bản thân người cha, ông lại là một công chức trung kiên từ thời Pháp thuộc.

... Đã một thời trên cây cầu Ngang ở một vùng quê hẻo lánh, mỗi ngày từ khuya, trước khi mặt trời mọc rất lâu, đã có tiếng chân của các bạn hàng hối hả đi nhóm chợ, lẫn tiếng cười nói hồn nhiên, tan loãng trong sương khuya, như xuất phát từ một thế giới tĩnh mịch nào. Tay cầm đuốc, vai quảy gánh, họ đem gà vịt, tôm cá, rau cải, chè xôi ra chợ bán. Bỗng một hôm, đi tới giữa cầu, bạn hàng chợt quăng gánh giỏ bỏ chạy. Bên lan can cầu, cái đầu lâu của ông Trưởng Ấp bị ai bêu hồi nào. Vài ngày sau, trên cùng một lan can cầu, một cái đầu thủ phạm được chưng bày cùng cung cách. Từ đó, mỗi khuya người ta không còn nghe tiếng cười nói của bạn hàng trên cầu, chỉ thấy những ánh đuốc như đám lân tinh chập chờn trong đêm. Nhưng theo thời gian, rồi mọi việc cũng qua đi. Chợ phải nhóm và chợ đã nhóm. Những gì của ngày hôm qua chỉ còn lại trong ký ức của sông, và trong trí tưởng tượng của mấy đứa con nít một dạo bị người lớn hù doạ, chỉ trỏ vào những vết máu thâm đen trên cầu. Nước dưới chân cầu vẫn trôi. Trôi mãi.

Đầu phơi trên cầu, máu nhuộm sông, sông vẫn trôi. Vẫn trôi. Cô lái đò để thương để nhớ, hay cô lái đò gác mái chèo ra đi, dòng sông vẫn trôi. Trôi mãi.

Những biến thiên nhất thời không làm thay đổi được quá trình hình thành thiên niên của sông, những thử thách cay nghiệt, nếu chỉ là những khoảnh khắc vô tình trong dòng lịch sử một dân tộc, cũng không huỷ diệt được trạng thái hài hoà trong nhân gian.

Sông tha thứ, người độ lượng.

... Minh ghi lại trong quyển nhựt ký như một lời cầu nguyện, một câu ước nguyền.

Ảnh: Nguyễn Hữu Thời

- Hết -

Tác giả

Tăng Quyền Vinh
Ottawa, Canada.
2023

Sách xuất bản:

1. Bên Kia Bến Đỗ, 2021

2. Đứa Con An Giang, 2022

3. Lu nước ngọt, 2023

ISBN 978-1-7773500-5-5

www.ingramcontent.com/pod-product-compliance
Lightning Source LLC
Chambersburg PA
CBHW070406200726
48294CB00003B/1117